ਮੈਂ ਕੌਣ ਹਾਂ?

ਮੈਂ ਕੌਣ ਹਾਂ?

ਸ਼੍ਰੀ ਰਮਨ ਮਹਾਰਿਸ਼ੀ

Paperback: 978-936205971-0
eBook: 978-936205436-4

Printed by:

Sanage Publishing House LLP
Mumbai, India

sanagepublishing@gmail.com

ਰਮਨ ਮਹਾਰਿਸ਼ੀ (30 ਦਸੰਬਰ 1879 - 14 ਅਪ੍ਰੈਲ 1950) ਇੱਕ ਭਾਰਤੀ ਹਿੰਦੂ ਰਿਸ਼ੀ ਸਨ। ਉਨ੍ਹਾਂ ਨੂੰ ਵਿਆਪਕ ਤੌਰ 'ਤੇ ਅਜੋਕੇ ਸਮੇਂ ਦੇ ਸਭ ਤੋਂ ਸ੍ਰੇਮਈ ਭਾਰਤੀ ਅਧਿਆਤਮਕ ਨੇਤਾਵਾਂ ਵਿੱਚੋਂ ਇੱਕ ਲਈ ਜਾਣਿਆ ਜਾਂਦਾ ਹੈ। 16 ਸਾਲ ਦੀ ਉਮਰ ਵਿੱਚ ਗਿਆਨ ਪ੍ਰਾਪਤੀ ਹੋਣ ਤੋਂ ਬਾਅਦ, ਉਹ ਦੱਖਣ ਭਾਰਤ ਵਿੱਚ ਅਰੁਣਾਚਲ ਦੇ ਪਵਿੱਤਰ ਪਹਾੜ ਵੱਲ ਆਕਰਸ਼ਿਤ ਹੋਏ, ਅਤੇ ਆਪਣਾ ਬਾਕੀ ਦਾ ਜੀਵਨ ਉੱਥੇ ਹੀ ਬਤੀਤ ਕੀਤਾ। ਉਨ੍ਹਾਂ ਦੀ ਲੀਨਤਾ, ਸ਼ਾਂਤੀ ਅਤੇ ਸਿੱਖਿਆਆਵਾਂ ਤੋਂ ਆਕਰਸ਼ਿਤ ਹੋ ਕੇ, ਹਜ਼ਾਰਾਂ ਲੋਕਾਂ ਨੇ ਭਗਵਾਨ ਦੇ ਸੁਭਾਅ ਤੋਂ ਲੈ ਕੇ ਰੋਜ਼ਾਨਾ ਜੀਵਨ ਦੇ ਮੁੱਦਿਆਂ 'ਤੇ ਉਨ੍ਹਾਂ ਤੋਂ ਮਾਰਗਦਰਸ਼ਨ ਦੀ ਬੇਨਤੀ ਕੀਤੀ।

ਵਿਸ਼ਾ - ਸੂਚੀ

ਜਾਣ-ਪਛਾਣ

"**ਮੈਂ** ਕੌਣ ਹਾਂ?" ਆਤਮ-ਖੋਜ ਨਾਲ ਸਬੰਧਤ ਸਵਾਲਾਂ ਅਤੇ ਜਵਾਬਾਂ ਦੇ ਇੱਕ ਸਮੂਹ ਨੂੰ ਦਿੱਤਾ ਗਿਆ ਸਿਰਲੇਖ ਹੈ। ਇਹ ਸਵਾਲ, ਸਾਲ 1902 ਦੇ ਆਸੇ-ਪਾਸੇ, ਸ਼੍ਰੀ ਐਮ. ਸ਼ਿਵਪ੍ਰਕਾਸ਼ਮ ਪਿੱਲਾਈ ਨੇ ਭਗਵਾਨ ਸ਼੍ਰੀ ਰਮਨ ਮਹਾਰਿਸ਼ੀ ਨੂੰ ਪੁੱਛੇ ਸਨ। ਦਰਸ਼ਨਸ਼ਾਸਤਰ ਵਿੱਚ ਸਨਾਤਕ (ਗ੍ਰੈਜੁਏਟ) ਸ਼੍ਰੀ ਪਿੱਲਾਈ ਉਸ ਸਮੇਂ ਦੱਖਣੀ ਆਰਕੇਟ ਕਲੈਕਟਰੇਟ ਦੇ ਮਾਲ ਵਿਭਾਗ ਵਿੱਚ ਨੌਕਰੀ ਕਰਦੇ ਸਨ। 1902 ਵਿੱਚ ਸਰਕਾਰੀ ਕੰਮ ਲਈ ਤਿਰੁਵੰਨਾਮਲਾਈ ਦੀ ਆਪਣੀ ਯਾਤਰਾ ਦੌਰਾਨ, ਉਹ ਅਰੁਣਾਚਲ ਪਹਾੜੀ 'ਤੇ ਵਿਰੁਪਾਕਸ਼ ਗੁਫਾ ਵਿੱਚ ਗਏ ਅਤੇ ਉੱਥੇ ਮਹਾਰਿਸ਼ੀ ਨਾਲ ਮੁਲਾਕਾਤ ਕੀਤੀ। ਉਨ੍ਹਾਂ ਨੇ ਮਹਾਰਿਸ਼ੀ ਤੋਂ ਅਧਿਆਤਮਿਕ ਮਾਰਗਦਰਸ਼ਨ ਦੀ ਬੇਨਤੀ ਕੀਤੀ ਅਤੇ ਆਤਮ-ਖੋਜ ਨਾਲ ਸਬੰਧਤ ਸਵਾਲਾਂ ਦੇ ਜਵਾਬਾਂ ਦੀ ਬੇਨਤੀ ਕੀਤੀ। ਕਿਉਂਕਿ ਭਗਵਾਨ ਉਸ ਸਮੇਂ ਮੋਨ ਅਵਸਥਾ ਵਿੱਚ ਸਨ, ਇਹ ਇਸ ਲਈ ਨਹੀਂ ਸੀ ਕਿ ਉਨ੍ਹਾਂ ਨੇ ਕੋਈ ਸੰਕਲਪ ਲਿਆ ਹੋਇਆ ਸੀ, ਬਲਕਿ ਇਸ ਲਈ ਕਿ ਉਨ੍ਹਾਂ ਨੂੰ ਗੱਲ ਕਰਨ ਦੀ ਇੱਛਾ ਨਹੀਂ ਸੀ, ਇਸਲਈ ਪੁੱਛੇ ਗਏ ਸਵਾਲਾਂ ਦੇ ਜਵਾਬ, ਉਨ੍ਹਾਂ ਨੇ ਲਿਖਤੀ ਰੂਪ ਵਿੱਚ ਦਿੱਤੇ। ਜਿੰਨਾਂ ਨੂੰ ਸ਼੍ਰੀ ਸ਼ਿਵਪ੍ਰਕਾਸ਼ਮ ਪਿੱਲਾਈ ਨੇ ਦੁਬਾਰਾ ਫਿਰ ਤੋਂ ਯਾਦ ਕੀਤਾ ਅਤੇ ਉਹਨਾਂ ਨੂੰ ਦਰਜ ਕੀਤਾ ਗਿਆ ਹੈ, ਤੇਰਾਂ ਸਵਾਲ ਸਨ ਅਤੇ ਭਗਵਾਨ ਨੇ ਉਹਨਾਂ ਦੇ ਜਵਾਬ ਦਿੱਤੇ। ਇਹ ਦਸਤਾਵੇਜ਼ ਸਭ ਤੋਂ ਪਹਿਲਾਂ ਸ਼੍ਰੀ ਪਿੱਲਾਈ ਦੁਆਰਾ 1923 (ਮੂਲ ਤਮਿਲ ਭਾਸ਼ਾ) ਵਿੱਚ ਪ੍ਰਕਾਸ਼ਤ ਕੀਤਾ ਗਿਆ ਸੀ, ਨਾਲ ਹੀ ਉਸ ਦੁਆਰਾ ਰਚੀਆਂ ਗਈਆਂ ਕੁਝ ਕਵਿਤਾਵਾਂ ਵੀ ਪ੍ਰਕਾਸ਼ਿਤ ਕੀਤੀਆਂ ਗਈਆਂ ਸਨ, ਜਿਸ ਵਿੱਚ ਇਹ ਦੱਸਿਆ ਗਿਆ ਸੀ ਕਿ ਭਗਵਾਨ ਦੀ ਕਿਰਪਾ ਨੇ, ਕਿਵੇਂ ਸ਼ੰਕਿਆਂ ਨੂੰ ਦੂਰ ਕਰਕੇ ਅਤੇ ਉਸਨੂੰ ਜੀਵਨ 'ਚ ਸੰਕਟ ਤੋਂ ਬਚਾ ਕੇ ਉਸਦੇ ਵਿਸ਼ੇ ਵਿੱਚ ਕਾਰਜ ਕੀਤਾ।

ਮੈਂ ਕੌਣ ਹਾਂ? ਬਾਅਦ ਵਿੱਚ ਕਈ ਵਾਰ ਪ੍ਰਕਾਸ਼ਤ ਹੋ ਚੁੱਕੀ ਹੈ ਹੈ।

ਮੌਜੂਦਾ ਪਾਠ ਦਾ ਅਨੁਵਾਦ, ਉਹਨਾਂ ਅਠਾਈ ਸਵਾਲਾਂ ਅਤੇ ਜਵਾਬਾਂ ਦੇ ਰੂਪ ਵਿੱਚ ਹੈ।

ਵਿਚਾਰਸੰਗ੍ਰਹਿਮ (ਆਤਮ-ਖੋਜ) ਦੇ ਨਾਲ, ਨਾਨ ਯਾਰ (ਮੈਂ ਕੌਣ ਹਾਂ?) ਗੁਰੂ ਦੇ ਆਪਣੇ ਸ਼ਬਦਾਂ ਵਿੱਚ ਨਿਰਦੇਸ਼ਾਂ ਦਾ ਪਹਿਲਾ ਸਮੂਹ ਹੈ। ਇਹ ਭਗਵਾਨ ਦੀਆਂ ਦੋਵਾਂ ਰਚਨਾਵਾਂ ਵਿੱਚੋਂ ਇੱਕ-ਮਾਤਰ ਵਾਰਤਕ ਰਚਨਾ ਹੈ। ਉਨ੍ਹਾਂ ਨੇ ਸਪੱਸ਼ਟ ਰੂਪ ਪ੍ਰਮੁੱਖ ਸਿੱਖਿਆ ਨੂੰ ਦਰਸਾਇਆ ਕਿ ਮੁਕਤੀ ਦਾ ਸਿੱਧਾ ਮਾਰਗ ਆਤਮ-ਖੋਜ ਹੈ। ਜਿਸ ਵਿਸ਼ੇਸ਼ ਢੰਗ ਨਾਲ ਇਹ ਖੋਜ ਕੀਤੀ ਜਾਣੀ ਹੈ, ਉਸਦਾ ਜ਼ਿਕਰ ਨਾਨ ਯਾਰ ਵਿੱਚ ਸਪੱਸ਼ਟ ਰੂਪ ਵਿੱਚ ਕੀਤਾ ਗਿਆ ਹੈ। ਮਨ ਵਿਚਾਰਾਂ ਦਾ ਸੰਗ੍ਰਹਿ ਹੈ। "ਮੈਂ" ਵਿਚਾਰ ਸਭ ਤੋਂ ਪਹਿਲਾਂ ਮਨ ਵਿੱਚ ਪ੍ਰਗਟ ਹੁੰਦਾ ਹੈ। ਜਦੋਂ "ਮੈਂ ਕੌਣ ਹਾਂ?" ਦੀ ਖੋਜ ਨਿਰੰਤਰ ਕੀਤੀ ਜਾਂਦੀ ਹੈ, ਤਾਂ ਹੋਰ ਸਾਰੇ ਵਿਚਾਰ ਨਸ਼ਟ ਹੋ ਜਾਂਦੇ ਹਨ, ਅਤੇ ਅੰਤ ਵਿੱਚ "ਮੈਂ" ਵਿਚਾਰ ਆਪਣੇ ਆਪ ਅਲੋਪ ਹੋ ਜਾਂਦਾ ਹੈ ਅਤੇ ਪਰਮ ਅਦ੍ਵੈਤ ਸਵੈ (ਆਤਮਾ) ਹੀ ਬਾਕੀ ਬਚਦਾ ਹੈ। ਇਸ ਤਰ੍ਹਾਂ ਸਰੀਰ ਅਤੇ ਮਨ ਦੇ ਗੈਰ-ਆਤਮ ਭਾਵ ਦੇ ਵਰਤਾਰੇ ਨਾਲ ਸਵੈ ਦੀ ਝੂਠੀ ਪਛਾਣ ਖਤਮ ਹੋ ਜਾਂਦੀ ਹੈ, ਅਤੇ ਉੱਥੇ ਪ੍ਰਕਾਸ਼, ਅਨੁਭਵ (ਸਕਸ਼ਤਕਾਰ) ਹੁੰਦਾ ਹੈ। ਬੇਸ਼ੱਕ, ਖੋਜ ਕਰਨ ਦੀ ਪ੍ਰਕਿਰਿਆ ਸੌਖੀ ਨਹੀਂ ਹੈ। ਜਦੋਂ ਕੋਈ ਇਹ ਪੁੱਛਦਾ ਹੈ ਕਿ "ਮੈਂ ਕੌਣ ਹਾਂ?", ਤਾਂ ਹੋਰ ਨਵੇਂ ਵਿਚਾਰ ਆਉਣਗੇ; ਪਰ ਜਿਵੇਂ ਹੀ ਇਹ ਨਵੇਂ ਵਿਚਾਰ ਆਉਣ, ਸਾਨੂੰ ਉਨ੍ਹਾਂ ਦੀ ਪਾਲਣਾ ਕਰਕੇ ਉਨ੍ਹਾਂ ਦੇ ਅੱਗੇ ਝੁਕਣਾ ਨਹੀਂ ਚਾਹੀਦਾ; ਇਸ ਦੇ ਉਲਟ, ਸਾਨੂੰ ਇਹ ਪੁੱਛਣਾ ਚਾਹੀਦਾ ਹੈ, "ਉਹ ਕਿਸ ਕਰਕੇ ਪੈਦਾ ਹੁੰਦੇ ਹਨ?" ਅਜਿਹਾ ਕਰਨ ਲਈ, ਵਿਅਕਤੀ ਨੂੰ ਬਹੁਤ ਜ਼ਿਆਦਾ ਚੁਕੰਨਾ ਰਹਿਣਾ ਪੈਂਦਾ ਹੈ। ਨਿਰੰਤਰ ਖੋਜ ਦੁਆਰਾ, ਮਨੁੱਖ ਨੂੰ ਮਨ ਨੂੰ ਆਪਣੇ ਸਰੋਤ ਵਿੱਚ ਲੀਨ ਰੱਖਣਾ ਚਾਹੀਦਾ ਹੈ, ਇਸ ਨੂੰ ਭਟਕਣ ਨਹੀਂ ਦੇਣਾ ਚਾਹੀਦਾ ਅਤੇ ਆਪਣੇ ਦੁਆਰਾ ਸਿਰਜੇ ਗਏ ਵਿਚਾਰਾਂ ਦੀ ਉਲਝਣ ਵਿੱਚ ਗੁੰਮ ਨਹੀਂ ਹੋਣ ਦੇਣਾ ਚਾਹੀਦਾ। ਹੋਰ ਸਾਰੇ ਅਨੁਸ਼ਾਸਨ ਜਿਵੇਂ ਕਿ ਸਾਹ 'ਤੇ ਨਿਯੰਤ੍ਰਣ ਅਤੇ ਪਰਮਾਤਮਾ ਦੇ ਸਵਰੂਪਾਂ ਤੇ ਧਿਆਨ ਨੂੰ ਸਹਾਇਕ ਅਭਿਆਸ ਮੰਨਿਆ ਜਾਣਾ ਚਾਹੀਦਾ ਹੈ। ਉਹ ਇਸ ਹੱਦ ਤੱਕ ਉਪਯੋਗੀ ਹਨ ਕਿ ਉਹ ਮਨ ਨੂੰ ਸ਼ਾਂਤ ਅਤੇ ਇਕਾਗਰ ਬਣਨ 'ਚ ਮਦਦ ਕਰਦੇ ਹਨ। ਜਿਸ ਨੇ ਮਨ ਨੂੰ ਇਕਾਗਰ ਕਰਨ ਵਿੱਚ ਹੁਨਰ ਪ੍ਰਾਪਤ ਕਰ ਲਿਆ, ਉਸ ਲਈ ਆਤਮ-ਖੋਜ ਤੁਲਨਾਤਮਕ ਤੌਰ ਤੇ ਆਸਾਨ ਹੋ ਜਾਂਦੀ ਹੈ। ਨਿਰੰਤਰ ਖੋਜ ਕਰਨ ਨਾਲ ਹੀ ਵਿਚਾਰਾਂ ਦਾ ਨਾਸ਼ ਹੋ ਜਾਂਦਾ ਹੈ ਅਤੇ ਆਤਮਾ ਦਾ ਅਨੁਭਵ ਹੋ ਜਾਂਦਾ ਹੈ - ਉਹ ਪੂਰਨ ਹਕੀਕਤ ਜਿਸ ਵਿੱਚ "ਮੈਂ" - ਵਿਚਾਰ ਵੀ ਨਹੀਂ ਹੁੰਦਾ, ਉਹ ਅਨੁਭਵ ਜਿਸਨੂੰ "ਲੀਨਤਾ" ਕਿਹਾ ਜਾਂਦਾ ਹੈ।

ਇਹ, ਅਸਲ ਵਿੱਚ, ਇਹ ਭਗਵਾਨ ਸ੍ਰੀ ਰਮਨ ਮਹਾਰਿਸ਼ੀ ਦੀ ਨਾਨ ਯਾਰ (ਮੈਂ ਕੌਣ ਹਾਂ?) ਵਿੱਚ ਦਿੱਤੀਆਂ ਗਈਆਂ ਸਿੱਖਿਆਵਾਂ ਹਨ।

ਟੀ.ਐਮ.ਪੀ. ਮਹਾਦੇਵਨ
ਮਦਰਾਸ ਵਿਸ਼ਵਵਿਦਿਆਲਿਆ
30 ਜੂਨ, 1982

———

10

ਭਗਵਾਨ ਸ੍ਰੀ ਰਮਨ ਮਹਾਰਿਸ਼ੀ

(21 ਸਾਲ ਦੀ ਉਮਰ 'ਚ)

ਮੈਂ ਕੌਣ ਹਾਂ?
ਨਾਨ ਯਾਰ

ਬਿਨਾਂ ਕਿਸੇ ਦੁੱਖ ਦੇ, ਸਾਰੇ ਜੀਵ ਸਦਾ ਸੁਖੀ ਰਹਿਣ ਦੀ ਇੱਛਾ ਰੱਖਦੇ ਹਨ। ਹਰ ਕਿਸੇ ਵਿੱਚ ਸਵੈ ਲਈ ਸਰਵਉੱਚ ਪਿਆਰ ਹੁੰਦਾ ਹੈ ਅਤੇ ਸਿਰਫ਼ ਸੁੱਖ ਹੀ ਪਿਆਰ ਦਾ ਕਾਰਨ ਹੈ। ਇਸ ਲਈ, ਉਸ ਸੁੱਖ ਨੂੰ ਪ੍ਰਾਪਤ ਕਰਨ ਲਈ ਜੋ ਸਵੈ (ਆਤਮਾ) ਦਾ ਸੁਭਾਅ ਹੈ ਅਤੇ ਜਿਸ ਦਾ ਅਨੁਭਵ ਡੂੰਘੀ ਨੀਂਦ ਦੀ ਅਵਸਥਾ ਵਿੱਚ ਹੁੰਦਾ ਹੈ, ਇਹ ਮਨ ਰਹਿਤ ਅਵਸਥਾ ਹੈ, ਹਰ ਇੱਕ ਨੂੰ ਆਤਮਾ ਦੀ ਪ੍ਰਾਪਤੀ ਕਰਨੀ ਚਾਹੀਦੀ ਹੈ। ਇਸ ਦੀ ਪ੍ਰਾਪਤੀ ਕਰਨ ਲਈ, ਗਿਆਨ ਦਾ ਮਾਰਗ, "ਮੈਂ ਕੌਣ ਹਾਂ?" ਦੇ ਰੂਪ ਵਿੱਚ ਖੋਜ ਕਰਨਾ ਹੀ ਪ੍ਰਮੁੱਖ ਸਾਧਨ ਹੈ।

1. ਮੈਂ ਕੌਣ ਹਾਂ?

ਇਹ ਸਥੂਲ ਸਰੀਰ ਜੋ ਸੱਤ ਧਾਤੂਆਂ ਤੋਂ ਬਣਿਆ ਹੈ, ਮੈਂ ਨਹੀਂ ਹਾਂ; ਪੰਜ ਗਿਆਨ ਇੰਦਰੀਆਂ ਜਿਵੇਂ ਕਿ, ਸ੍ਰਵਣ, ਚਮੜੀ, ਨੈਣ, ਜੀਭ ਅਤੇ ਨਾਸਿਕਾਵਾਂ, ਜੋ ਆਪਣੇ ਸਬੰਧਤ ਵਿਸ਼ੇ, ਜਿਵੇਂ ਕਿ, ਧੁਨੀ, ਸਪਰਸ਼, ਰੂਪ, ਰਸ ਅਤੇ ਗੰਧ ਦਾ ਗਿਆਨ ਕਰਵਾਉਂਦੀਆਂ ਹਨ, ਮੈਂ ਨਹੀਂ ਹਾਂ; ਪੰਜ ਬੋਧਾਤਮਕ ਗਿਆਨ ਇੰਦਰੀਆਂ ਦੇ ਅੰਗ, ਜਿਵੇਂ ਕਿ, ਭਾਸ਼ਣ, ਹਰਕਤ, ਸਮਝਣ, ਮਲ-ਮੂਤਰ ਅਤੇ ਪ੍ਰਜਨਨ, ਜਿਨ੍ਹਾਂ ਦੇ ਆਪਣੇ-ਆਪਣੇ ਕਾਰਜ ਹਨ, ਬੋਲਣਾ, ਚਲਣਾ, ਗ੍ਰਹਿਣ ਕਰਨਾ, ਮਲ-ਤਿਆਗ ਕਰਨਾ ਅਤੇ ਭੋਗਣਾ, ਮੈਂ ਨਹੀਂ ਹਾਂ; ਪੰਜ ਮਹੱਤਵਪੂਰਨ ਵਾਯੂ, ਪ੍ਰਾਣ ਆਦਿ, ਜੋ ਕ੍ਰਮਵਾਰ ਸਾਹ ਕਿਰਿਆ ਦੇ ਪੰਜ ਕਾਰਜ ਕਰਦੇ ਹਨ, ਆਦਿ, ਮੈਂ ਨਹੀਂ ਹਾਂ; ਇਥੋਂ ਤੱਕ ਕਿ ਮਨ ਜੋ ਵੀ ਸੋਚਦਾ ਹੈ, ਮੈਂ ਨਹੀਂ ਹਾਂ; ਉਹ ਅਗਿਆਨ ਵੀ, ਜੋ ਸਿਰਫ ਪਦਾਰਥਾਂ ਦੀਆਂ ਵਾਸਨਾਵਾਂ ਦੇ ਪ੍ਰਭਾਵਾਂ ਨਾਲ ਪਰਿਪੂਰਨ ਹੈ ਅਤੇ ਜਿਸ ਵਿੱਚ ਕੋਈ ਉਦੇਸ਼ ਹੈ ਹੀ ਨਹੀਂ ਹਨ ਅਤੇ ਨਾ ਹੀ ਕੋਈ ਕਾਰਜਸ਼ੀਲਤਾ ਹੈ, ਮੈਂ ਨਹੀਂ ਹਾਂ।

2.   ਜੇ ਮੈਂ ਇਨ੍ਹਾਂ ਵਿੱਚੋਂ ਕੋਈ ਨਹੀਂ ਹਾਂ, ਤਾਂ ਮੈਂ ਕੌਣ ਹਾਂ?

ਉਪਰੋਕਤ ਸਾਰੀਆਂ ਜ਼ਿਕਰ ਕੀਤੀਆਂ ਗੱਲਾਂ ਨੂੰ 'ਇਹ ਨਹੀਂ', 'ਇਹ ਨਹੀਂ' ਕਹਿ ਕੇ ਰੱਦ ਕਰਨ ਤੋਂ ਬਾਅਦ, ਉਹ ਇਕਮਾਤਰ ਚੇਤਨਾ ਬਾਕੀ ਬਚਦੀ ਹੈ - ਉਹ ਮੈਂ ਹਾਂ।

3.   ਚੇਤਨਾ ਦਾ ਸੁਭਾਅ ਕੀ ਹੈ?

ਚੇਤਨਾ ਦਾ ਸੁਭਾਅ ਅਸਤਿਤਵ - ਚੇਤਨਾ - ਆਨੰਦ (ਸਤਿ ਚਿਤ ਆਨੰਦ) ਹੈ।

4.   ਆਤਮਾ ਦਾ ਅਨੁਭਵ ਕਦੋਂ ਪ੍ਰਾਪਤ ਹੋਵੇਗਾ?

ਇਹ ਸੰਸਾਰ ਜੋ ਕਿ ਦ੍ਰਿਸ਼ਮਾਨ ਹੈ, ਜਦੋਂ ਹਟ ਜਾਵੇਗਾ ਹੈ, ਤਾਂ ਆਤਮਾ ਦਾ ਅਨੁਭਵ ਪ੍ਰਾਪਤ ਹੋਵੇਗਾ ਜੋ ਦ੍ਰਿਸ਼ਟਾ (ਦਰਸ਼ਕ) ਹੈ।

5.   ਕੀ ਸੰਸਾਰ ਵਿੱਚ ਰਹਿੰਦੇ ਹੋਣ ਦੇ ਬਾਵਜੂਦ (ਵਾਸਤਵਿਕ ਮੰਨਦੇ ਹੋਏ) ਵੀ ਆਤਮਾ ਦਾ ਅਨੁਭਵ ਨਹੀਂ ਹੋ ਸਕਦਾ?

ਅਜਿਹਾ ਨਹੀਂ ਹੋਵੇਗਾ।

6.   ਕਿਉਂ?

ਦ੍ਰਿਸ਼ਟਾ (ਦਰਸ਼ਕ) ਅਤੇ ਦ੍ਰਿਸ਼ਮਾਨ ਵਸਤੂ ਰੱਸੀ ਅਤੇ ਸੱਪ ਦੇ ਸਮਾਨ ਹੈ। ਜਿਸ ਤਰ੍ਹਾਂ ਰੱਸੀ ਦਾ ਗਿਆਨ, ਜੋ ਕਿ ਆਧਾਰਭੂਤ ਹੈ, ਉਦੋਂ ਹੀ ਪ੍ਰਗਟ ਹੋਵੇਗਾ, ਜਦੋਂ ਤੱਕ ਕਾਲਪਨਿਕ ਸੱਪ ਦਾ ਝੂਠਾ ਗਿਆਨ ਖਤਮ ਨਹੀਂ ਹੋ ਜਾਂਦਾ, ਉਸੇ ਤਰ੍ਹਾਂ ਆਧਾਰਭੂਤ ਸਵੈ (ਆਤਮਾ) ਦਾ ਅਨੁਭਵ ਉਦੋਂ ਤੱਕ ਪ੍ਰਾਪਤ ਨਹੀਂ ਹੋਵੇਗਾ ਜਦੋਂ ਤੱਕ ਇਹ ਮੰਨਦੇ ਹੋ ਕਿ ਸੰਸਾਰ ਵਾਸਤਵਿਕ ਹੈ, ਇਸ ਨੂੰ ਹਟਾ ਨਾ ਦਿੱਤਾ ਜਾਵੇ।

7.   ਇਹ ਦ੍ਰਿਸ਼ਮਾਨ ਸੰਸਾਰ ਵੇਖੀ ਜਾਣ ਵਾਲੀ ਹਸਤੀ ਹੈ, ਇਹ ਕਦੋਂ ਹਟੇਗਾ?

ਜਦੋਂ ਮਨ, ਜੋ ਕਿ ਸਾਰੇ ਬੋਧ ਅਤੇ ਸਾਰੇ ਕਰਮਾਂ ਦਾ ਕਾਰਨ ਹੈ, ਸ਼ਾਂਤ ਹੋ ਜਾਵੇਗਾ, ਤਾਂ ਸੰਸਾਰ ਅਲੋਪ ਹੋ ਜਾਵੇਗਾ।

8.   ਮਨ ਦਾ ਸੁਭਾਅ ਕੀ ਹੈ?

ਜਿਸ ਨੂੰ 'ਮਨ' ਕਿਹਾ ਜਾਂਦਾ ਹੈ ਉਹ ਆਤਮਾ ਵਿੱਚ ਨਿਵਾਸ ਕਰਨ ਵਾਲੀ ਇੱਕ ਅਦਭੁੱਤ ਸ਼ਕਤੀ ਹੈ। ਸਾਰੇ ਵਿਚਾਰਾਂ ਨੂੰ ਪੈਦਾ ਕਰਨ ਦਾ ਕਾਰਨ, ਇਹ ਮਨ ਹੀ ਹੈ। ਵਿਚਾਰਾਂ ਤੋਂ ਇਲਾਵਾ, ਮਨ ਵਰਗੀ ਕੋਈ ਚੀਜ਼ ਹੀ ਨਹੀਂ ਹੈ। ਇਸ ਲਈ, ਵਿਚਾਰ ਮਨ ਦਾ ਸੁਭਾਅ ਹੈ। ਵਿਚਾਰਾਂ ਤੋਂ ਇਲਾਵਾ, ਸੰਸਾਰ ਨਾਮ ਦੀ ਕੋਈ ਖੁਦਮੁਖਤਿਆਰ ਹਸਤੀ ਨਹੀਂ ਹੈ। ਡੂੰਘੀ ਨੀਂਦ ਵਿੱਚ ਕੋਈ ਵਿਚਾਰ ਨਹੀਂ ਹੁੰਦੇ, ਅਤੇ ਨਾ ਹੀ ਕੋਈ ਸੰਸਾਰ ਨਹੀਂ ਹੁੰਦਾ। ਜਾਗ੍ਰਿਤ ਅਤੇ ਸੁਪਨੇ ਵੇਖਣ ਦੀਆਂ ਅਵਸਥਾਵਾਂ ਵਿੱਚ, ਵਿਚਾਰ ਹੁੰਦੇ ਹਨ, ਅਤੇ ਸੰਸਾਰ ਵੀ ਹੁੰਦਾ ਹੈ। ਜਿਸ ਤਰ੍ਹਾਂ ਮੱਕੜੀ (ਜਾਲ ਦੇ) ਧਾਗੇ ਆਪਣੇ ਆਪ ਵਿੱਚੋਂ ਬਾਹਰ ਕੱਢਦੀ ਹੈ ਅਤੇ ਦੁਬਾਰਾ ਇਸ ਨੂੰ ਆਪਣੇ ਅੰਦਰ ਵਾਪਸ ਸਮੇਟ ਲੈਂਦੀ ਹੈ, ਉਸੇ ਹੀ ਤਰ੍ਹਾਂ ਮਨ, ਸੰਸਾਰ ਨੂੰ ਆਪਣੇ ਆਪ ਤੋਂ ਬਾਹਰ ਕੱਢਦਾ ਹੈ ਅਤੇ ਦੁਬਾਰਾ ਇਸ ਨੂੰ ਆਪਣੇ ਆਪ ਵਿੱਚ ਸਮੇਟ ਲੈਂਦਾ ਹੈ। ਜਦੋਂ ਮਨ ਆਤਮਾ ਵਿੱਚੋਂ ਬਾਹਰ ਨਿਕਲਦਾ ਹੈ, ਤਾਂ ਸੰਸਾਰ ਪ੍ਰਗਟ ਹੁੰਦਾ ਹੈ। ਇਸ ਲਈ, ਜਦੋਂ ਸੰਸਾਰ ਪ੍ਰਗਟ ਹੁੰਦਾ ਹੈ (ਵਾਸਤਵਿਕ ਹੁੰਦਾ ਹੈ), ਤਾਂ ਆਤਮਾ ਪ੍ਰਗਟ ਨਹੀਂ ਹੁੰਦੀ; ਅਤੇ ਜਦੋਂ ਆਤਮਾ ਪ੍ਰਗਟ ਹੁੰਦੀ ਹੈ (ਚਮਕਦੀ ਹੈ) ਤਾਂ ਸੰਸਾਰ ਪ੍ਰਗਟ ਨਹੀਂ ਹੁੰਦਾ। ਜਦੋਂ ਕੋਈ ਵਿਅਕਤੀ ਮਨ ਦੇ ਸੁਭਾਅ ਦੀ ਨਿਰੰਤਰ ਖੋਜ ਕਰਦਾ ਹੈ, ਤਾਂ ਮਨ ਖਤਮ ਹੋ ਜਾਵੇਗਾ ਅਤੇ ਆਤਮਾ (ਬਾਕੀ ਬਚਦੇ ਵਜੋਂ) ਹੋਂਦ ਵਿੱਚ ਆ ਜਾਵੇਗੀ। ਜਿਸ ਨੂੰ ਆਤਮਾ ਕਿਹਾ ਜਾਂਦਾ ਹੈ, ਉਹ ਹੀ ਆਤਮਨ ਹੈ। ਮਨ ਹਮੇਸ਼ਾਂ ਕਿਸੇ ਸਥੂਲ ਵਸਤੂ ਤੇ ਨਿਰਭਰ ਹੋ ਕੇ ਅਸਤਿਤਵ ਵਿੱਚ ਮੌਜੂਦ ਰਹਿੰਦਾ ਹੈ; ਇਹ ਇਕੱਲਾ ਨਹੀਂ ਰਹਿ ਸਕਦਾ। ਇਹ ਮਨ ਹੈ, ਜਿਸ ਨੂੰ ਸੂਖਮ ਸਰੀਰ ਜਾਂ ਜੀਵ ਕਿਹਾ ਜਾਂਦਾ ਹੈ।

9.   ਮਨ ਦੇ ਸੁਭਾਅ ਨੂੰ ਸਮਝਣ ਲਈ ਖੋਜ ਮਾਰਗ ਕੀ ਹੈ?

ਜੋ ਇਸ ਸਰੀਰ ਵਿੱਚ 'ਮੈਂ' ਵਜੋਂ ਉਜਾਗਰ ਹੁੰਦਾ ਹੈ ਉਹ ਹੈ ਮਨ। ਜੇਕਰ ਕੋਈ ਇਹ ਖੋਜ ਕਰੇ ਕਿ ਸਰੀਰ ਵਿੱਚ ਵਿਚਾਰ 'ਮੈਂ' ਸਭ ਤੋਂ ਪਹਿਲਾਂ ਕਿੱਥੇ ਆਉਂਦਾ ਹੈ, ਤਾਂ ਉਸ ਨੂੰ ਪਤਾ ਲੱਗੇਗਾ ਕਿ ਇਹ ਹਿਰਦੇ ਵਿੱਚ ਪੈਦਾ ਹੁੰਦਾ ਹੈ। ਇਹ ਮਨ ਦੀ ਉਤਪਤੀ ਦਾ ਸਥਾਨ ਹੈ। ਜੇ ਕੋਈ ਨਿਰੰਤਰ 'ਮੈਂ-ਮੈਂ' ਸੋਚਦਾ ਹੈ, ਤਾਂ ਵੀ ਉਹ ਉਸ ਸਥਾਨ ਤੇ ਪਹੁੰਚ ਜਾਵੇਗਾ। ਮਨ ਵਿੱਚ ਆਉਣ ਵਾਲੇ ਸਾਰੇ ਵਿਚਾਰਾਂ ਵਿੱਚੋਂ ਪਹਿਲਾ ਵਿਚਾਰ 'ਮੈਂ' ਹੈ। ਇਸ ਦੇ ਉਜਾਗਰ ਹੋ ਜਾਣ ਤੋਂ ਬਾਅਦ ਹੀ ਹੋਰ ਵਿਚਾਰ ਆਉਂਦੇ ਹਨ। ਇਹ ਪਹਿਲੇ ਵਿਅਕਤੀਗਤ ਪੜਨਾਂਵ ਦੇ ਬਾਅਦ ਹੀ ਦੂਜੇ ਅਤੇ ਤੀਜੇ ਵਿਅਕਤੀਗਤ ਪੜਨਾਂਵ ਪ੍ਰਗਟ ਹੁੰਦੇ ਹਨ; ਪਹਿਲੇ ਵਿਅਕਤੀਗਤ ਪੜਨਾਂਵ ਤੋਂ ਬਿਨਾਂ ਦੂਜਾ ਅਤੇ ਤੀਜਾ ਨਹੀਂ ਹੋ ਸਕਦਾ।

10. ਮਨ ਕਿਵੇਂ ਸ਼ਾਂਤ ਹੋਵੇਗਾ?

'ਮੈਂ ਕੌਣ ਹਾਂ?' ਇਸਦੀ ਖੋਜ ਕਰਨ ਨਾਲ, 'ਮੈਂ ਕੌਣ ਹਾਂ?' ਇਹ ਵਿਚਾਰ ਹੋਰ ਬਾਕੀ ਸਾਰੇ ਵਿਚਾਰਾਂ ਨੂੰ ਖਤਮ ਕਰ ਦੇਵੇਗਾ, ਅਤੇ ਜਿਵੇਂ ਬਲਦੀ ਹੋਈ ਚਿਤਾ ਨੂੰ ਅੱਗ ਦੇਣ ਵਾਲੀ ਸੋਟੀ (ਲੱਕੜ) ਅੰਤ ਵਿੱਚ ਸਵੈ ਹੀ ਚਿਤਾ ਨਾਲ ਬਲ ਜਾਂਦੀ ਹੈ, ਉਸੇ ਤਰ੍ਹਾਂ ਇਹ ਵੀ ਸਵੈ ਹੀ ਨਸ਼ਟ ਹੋ ਜਾਂਦਾ ਹੈ। ਫਿਰ, ਆਤਮ-ਅਨੁਭਵ ਉਤਪੰਨ ਹੋਵੇਗਾ।

11. 'ਮੈਂ ਕੌਣ ਹਾਂ?' ਇਸ ਵਿਚਾਰ ਨੂੰ ਨਿਰੰਤਰ ਧਾਰਨ ਕਰਨ ਦਾ ਕੀ ਉਪਾਅ ਹੈ।

ਜਦੋਂ ਦੂਜੇ ਵਿਚਾਰ ਆਉਂਦੇ ਹਨ, ਤਾਂ ਵਿਅਕਤੀ ਨੂੰ ਉਨ੍ਹਾਂ 'ਤੇ ਧਿਆਨ ਨਹੀਂ ਦੇਣਾ ਚਾਹੀਦਾ, ਬਲਕਿ ਇਹ ਖੋਜ ਕਰਨੀ ਚਾਹੀਦੀ ਹੈ: 'ਇਹ ਕਿੱਥੋਂ ਪੈਦਾ ਹੁੰਦੇ ਹਨ?' ਇਸ ਨਾਲ ਕੋਈ ਫਰਕ ਨਹੀਂ ਪੈਂਦਾ ਕਿ ਕਿੰਨੇ ਵਿਚਾਰ ਆਉਂਦੇ ਹਨ। ਜਦੋਂ ਕੋਈ ਵਿਚਾਰ ਆਉਂਦਾ ਹੈ, ਤਾਂ ਵਿਅਕਤੀ ਨੂੰ ਇਮਾਨਦਾਰੀ ਨਾਲ ਖੋਜ ਕਰਨੀ ਚਾਹੀਦੀ ਹੈ, 'ਇਹ ਵਿਚਾਰ ਕਿਸ ਦੇ ਲਈ ਪੈਦਾ ਹੋਇਆ ਹੈ?' ਜਵਾਬ ਜੋ ਵੀ ਸਾਹਮਣੇ ਆਵੇਗਾ ਉਹ 'ਮੇਰੇ ਲਈ' ਹੋਵੇਗਾ। ਇਸ ਤੋਂ ਬਾਅਦ ਜੇ ਕੋਈ ਖੋਜ ਹੈ ਕਿ 'ਮੈਂ ਕੌਣ ਹਾਂ?', ਤਾਂ ਮਨ ਆਪਣੇ ਸਰੋਤ ਵੱਲ ਵਾਪਸ ਚਲਾ ਜਾਵੇਗਾ; ਅਤੇ ਜੋ ਵਿਚਾਰ ਆਇਆ ਸੀ, ਉਹ ਸ਼ਾਂਤ ਹੋ ਜਾਵੇਗਾ। ਇਸ ਢੰਗ ਨਾਲ ਵਾਰ-ਵਾਰ ਅਭਿਆਸ ਕਰਨ ਤੇ, ਮਨ ਆਪਣੇ ਮੂਲ ਵਿੱਚ ਟਿਕੇ ਰਹਿਣ ਲਈ ਹੁਨਰ ਵਿਕਸਿਤ ਕਰ ਲਵੇਗਾ। ਜਦੋਂ ਸੂਖਮ ਮਨ ਦਿਮਾਗ ਅਤੇ ਗਿਆਨ-ਇੰਦਰੀਆਂ ਰਾਹੀਂ ਬਾਹਰ ਜਾਂਦਾ ਹੈ, ਤਾਂ ਸਥੂਲ ਨਾਮ ਅਤੇ ਰੂਪ ਪ੍ਰਗਟ ਹੁੰਦੇ ਹਨ; ਜਦੋਂ ਇਹ ਹਿਰਦੇ ਵਿੱਚ ਰਹਿੰਦਾ ਹੈ, ਤਾਂ ਨਾਮ ਅਤੇ ਰੂਪ ਅਲੋਪ ਹੋ ਜਾਂਦੇ ਹਨ। ਮਨ ਨੂੰ ਬਾਹਰ ਨਾ ਜਾਣ ਦੇਣਾ, ਪਰ ਇਸ ਨੂੰ ਹਿਰਦੇ ਵਿੱਚ ਹੀ ਬਰਕਰਾਰ ਰੱਖਣ ਨੂੰ ਹੀ 'ਅੰਦਰੂਨੀ ਅਵਸਥਾ' (ਅੰਤਰਮੁਖੀ) ਕਿਹਾ ਜਾਂਦਾ ਹੈ। ਮਨ ਨੂੰ ਹਿਰਦੇ ਤੋਂ ਬਾਹਰ ਜਾਣ ਦੇਣਾ 'ਬਾਹਰੀਕਰਨ ਅਵਸਥਾ' (ਬਾਹਰਮੁਖੀ) ਵਜੋਂ ਜਾਣਿਆ ਜਾਂਦਾ ਹੈ। ਇਸ ਤਰ੍ਹਾਂ, ਜਦੋਂ ਮਨ ਹਿਰਦੇ ਵਿੱਚ ਟਿਕਿਆ ਰਹਿੰਦਾ ਹੈ, ਤਾਂ 'ਮੈਂ' ਜੋ ਸਾਰੇ ਵਿਚਾਰਾਂ ਦਾ ਸਰੋਤ ਹੈ, ਗਾਇਬ ਹੋ ਜਾਵੇਗਾ, ਅਤੇ ਜੋ ਆਤਮਾ ਹਮੇਸ਼ਾ ਮੌਜੂਦ ਰਹਿੰਦੀ ਹੈ ਉਹ ਚਮਕ (ਪ੍ਰਕਾਸ਼ਿਤ) ਉੱਠੇਗੀ। ਕੋਈ ਵਿਅਕਤੀ, ਜੋ ਕੁਝ ਵੀ ਕਰਦਾ ਹੈ, ਉਸ ਨੂੰ ਹਉਮੈ 'ਮੈਂ' ਤੋਂ ਬਿਨਾਂ ਕਰਨਾ ਚਾਹੀਦਾ ਹੈ। ਜੇ ਕੋਈ ਇਸ ਤਰੀਕੇ ਨਾਲ ਕਾਰਜ ਕਰਦਾ ਹੈ, ਤਾਂ ਸਭ ਕੁਝ ਸ਼ਿਵ (ਪਰਮਾਤਮਾ) ਦੇ ਸਵਰੂਪ ਵਰਗਾ ਪ੍ਰਗਟ ਹੋਵੇਗਾ।

12. ਕੀ ਮਨ ਨੂੰ ਸ਼ਾਂਤ ਕਰਨ ਦੇ ਕੋਈ ਹੋਰ ਉਪਾਅ ਨਹੀਂ ਹਨ?

ਖੋਜ ਤੋਂ ਇਲਾਵਾ, ਕੋਈ ਹੋਰ ਸਾਧਨ ਉਚਿਤ ਨਹੀਂ ਹਨ। ਜੇ ਹੋਰ ਸਾਧਨਾਂ ਦੁਆਰਾ ਮਨ ਨੂੰ ਨਿਯੰਤ੍ਰਿਤ ਕਰਨ ਦੀ ਕੋਸ਼ਿਸ਼ ਕੀਤੀ ਜਾਂਦੀ ਹੈ, ਤਾਂ ਮਨ ਨਿਯੰਤ੍ਰਿਤ ਪ੍ਰਤੀਤ ਹੋਵੇਗਾ,

ਪਰ ਦੁਬਾਰਾ ਫਿਰ ਬਾਹਰ ਜਾਵੇਗਾ। ਸਾਹ ਕਿਰਿਆ ਦੇ ਨਿਯੰਤ੍ਰਣ ਦੁਆਰਾ ਵੀ, ਮਨ ਸਾਂਤ ਹੋ ਜਾਵੇਗਾ; ਪਰ ਇਹ ਉਦੋਂ ਤੱਕ ਹੀ ਕੰਮ ਕਰੇਗਾ ਜਦੋਂ ਤੱਕ ਸਾਹ ਕਿਰਿਆ ਨਿਯੰਤ੍ਰਣ 'ਚ ਰਹਿੰਦੀ ਹੈ, ਅਤੇ ਜਦੋਂ ਸਾਹ ਕਿਰਿਆ ਫਿਰ ਤੋਂ ਸ਼ੁਰੂ ਹੋਵੇਗੀ ਤਾਂ ਮਨ ਵੀ ਦੁਬਾਰਾ ਭਟਕਣਾ ਸ਼ੁਰੂ ਕਰ ਦੇਵੇਗਾ ਅਤੇ ਪਦਾਰਥਾਂ ਦੇ ਬਚੇ ਹੋਏ ਪ੍ਰਭਾਵਾਂ ਦੁਆਰਾ ਪ੍ਰੇਰਿਤ ਹੋ ਕੇ ਭਟਕਦਾ ਰਹੇਗਾ। ਮਨ ਅਤੇ ਸਾਹ ਕਿਰਿਆ ਦੋਵਾਂ ਲਈ ਮੂਲ ਸਰੋਤ ਇੱਕ ਹੀ ਹੈ। ਵਿਚਾਰ, ਅਸਲ ਵਿੱਚ, ਮਨ ਦਾ ਸੁਭਾਅ ਹੈ। 'ਮੈਂ' ਦਾ ਵਿਚਾਰ, ਮਨ ਦਾ ਪਹਿਲਾ ਵਿਚਾਰ ਹੈ; ਅਤੇ ਇਹ ਹਉਮੈ ਹੈ। ਜਿੱਥੋਂ ਹਉਮੈ ਉਪਜਦੀ ਹੈ, ਸਾਹ ਕਿਰਿਆ ਵੀ ਉੱਥੋਂ ਹੀ ਪੈਦਾ ਹੁੰਦੀ ਹੈ। ਇਸ ਲਈ, ਜਦੋਂ ਮਨ ਸ਼ਾਂਤ ਹੋ ਜਾਂਦਾ ਹੈ, ਤਾਂ ਸਾਹ ਕਿਰਿਆ ਨਿਯੰਤ੍ਰਿਤ ਹੁੰਦੀ ਹੈ, ਅਤੇ ਜਦੋਂ ਸਾਹ ਕਿਰਿਆ ਨੂੰ ਨਿਯੰਤ੍ਰਿਤ ਕੀਤਾ ਜਾਂਦਾ ਹੈ ਤਾਂ ਮਨ ਸ਼ਾਂਤ ਹੋ ਜਾਂਦਾ ਹੈ। ਪਰ ਡੂੰਘੀ ਨੀਂਦ ਵਿੱਚ, ਭਾਵੇਂ ਮਨ ਸ਼ਾਂਤ ਹੋ ਜਾਂਦਾ ਹੈ, ਪਰ ਸਾਹ ਕਿਰਿਆ ਨਹੀਂ ਰੁਕਦੀ। ਇਹ ਪਰਮਾਤਮਾ ਦੀ ਇੱਛਾ ਦੇ ਕਾਰਨ ਹੈ, ਤਾਂ ਜੋ ਸਰੀਰ ਸੁਰੱਖਿਅਤ ਰਹੇ ਅਤੇ ਹੋਰ ਲੋਕਾਂ ਨੂੰ ਇਹ ਭਰਮ ਨਾ ਹੋਵੇ ਕਿ ਵਿਅਕਤੀ ਮਰ ਗਿਆ ਹੈ। ਜਾਗ੍ਰਿਤ ਅਵਸਥਾ ਵਿੱਚ ਅਤੇ ਸਮਾਧੀ ਦੀ ਅਵਸਥਾ ਵਿੱਚ, ਜਦੋਂ ਮਨ ਸ਼ਾਂਤ ਹੋ ਜਾਂਦਾ ਹੈ ਤਾਂ ਸਾਹ ਨਿਯੰਤ੍ਰਿਤ ਹੁੰਦਾ ਹੈ। ਸਾਹ ਕਿਰਿਆ, ਮਨ ਦਾ ਸਥੂਲ ਰੂਪ ਹੈ। ਮਨ ਸਰੀਰ ਵਿੱਚ, ਮੌਤ ਦੇ ਸਮੇਂ ਤੱਕ ਸਾਹ ਕਿਰਿਆ ਜਾਰੀ ਰੱਖਦਾ ਹੈ; ਅਤੇ ਜਦੋਂ ਸਰੀਰ ਮਰ ਜਾਂਦਾ ਹੈ, ਤਾਂ ਮਨ ਸਾਹ ਨੂੰ ਆਪਣੇ ਨਾਲ ਲੈ ਜਾਂਦਾ ਹੈ। ਇਸ ਲਈ, ਸਾਹ ਕਿਰਿਆ ਨੂੰ ਨਿਯੰਤ੍ਰਣ ਕਰਨ ਦਾ ਅਭਿਆਸ ਮਨ ਨੂੰ ਸ਼ਾਂਤ ਕਰਨ (ਮਨੋਗ੍ਰਿਹ) ਦੇ ਲਈ ਕੇਵਲ ਇੱਕ ਆਸਰਾ ਹੈ; ਇਹ ਮਨ (ਮਨੋਨਾਸਾ) ਦੇ ਵਜੂਦ ਦਾ ਵਿਨਾਸ਼ ਨਹੀਂ ਕਰੇਗਾ।

ਜਿਵੇਂ ਸਾਹ ਕਿਰਿਆ ਤੇ ਨਿਯੰਤ੍ਰਣ ਦਾ ਅਭਿਆਸ, ਪਰਮਾਤਮਾ ਦੇ ਸਵਰੂਪਾਂ ਦਾ ਧਿਆਨ ਕਰਨਾ, ਮੰਤਰਾਂ ਦਾ ਜਾਪ ਕਰਨਾ, ਭੋਜਨ 'ਤੇ ਸੰਜਮ ਕਰਨਾ ਆਦਿ ਮਨ ਨੂੰ ਸ਼ਾਂਤ ਕਰਨ ਲਈ ਸਹਾਇਕ ਉਪਾਅ ਹਨ। ਪਰਮਾਤਮਾ ਦੇ ਸਵਰੂਪਾਂ 'ਤੇ ਧਿਆਨ ਕਰਨ ਨਾਲ ਅਤੇ ਮੰਤਰਾਂ ਦੇ ਜਾਪ ਕਰਨ ਨਾਲ, ਮਨ ਇਕਾਗਰ ਹੋ ਜਾਂਦਾ ਹੈ। ਮਨ ਦਾ ਸੁਭਾਅ ਹੀ ਚੰਚਲ ਹੈ। ਜਿਵੇਂ ਜਦੋਂ ਕਿਸੇ ਹਾਥੀ ਨੂੰ ਉਸ ਦੀ ਸੁੰਡ ਵਿੱਚ ਫੜਨ ਲਈ ਇੱਕ ਜ਼ੰਜੀਰ ਦਿੱਤੀ ਜਾਂਦੀ ਹੈ ਤਾਂ ਉਹ ਜ਼ੰਜੀਰ ਨੂੰ ਫੜਕੇ ਹੀ ਚੱਲਦਾ ਹੈ, ਬਿਲਕੁਲ ਉਸੇ ਤਰ੍ਹਾਂ ਹੀ ਜਦੋਂ ਮਨ ਕਿਸੇ ਨਾਮ ਜਾਂ ਰੂਪ ਵਿੱਚ ਲੀਨ ਹੋ ਜਾਂਦਾ ਹੁੰਦਾ ਹੈ ਤਾਂ ਉਹ ਸਿਰਫ ਉਸ ਨੂੰ ਹੀ ਸਮਝਦਾ ਲੈਂਦਾ ਹੈ। ਜਦੋਂ ਮਨ ਅਸੰਖ ਵਿਚਾਰਾਂ ਦੇ ਰੂਪ ਵਿੱਚ ਫੈਲਾਅ ਕਰਦਾ ਹੈ, ਤਾਂ ਹਰ ਵਿਚਾਰ ਕਮਜ਼ੋਰ ਹੋ ਜਾਂਦਾ ਹੈ; ਪਰ ਜਿਵੇਂ-ਜਿਵੇਂ ਵਿਚਾਰ ਸੁਲਝਦੇ ਜਾਂਦੇ ਹਨ, ਮਨ ਇਕਾਗਰ ਅਤੇ ਬਲਵਾਨ ਹੁੰਦਾ ਜਾਂਦਾ ਹੈ; ਅਜਿਹੇ ਮਨ ਲਈ ਸਵੈ-ਖੋਜ ਕਰਨਾ ਆਸਾਨ ਹੋ ਜਾਂਦਾ ਹੈ। ਸਾਰੇ ਸੀਮਤਕਾਰੀ ਨਿਯਮਾਂ ਵਿੱਚੋਂ, ਸੀਮਤ ਮਾਤਰਾ ਵਿੱਚ ਸਾਤਵਿਕ ਭੋਜਨ ਦਾ ਨਿਯਮ ਸਰਵਉੱਤਮ ਹੈ; ਇਸ ਨਿਯਮ ਦੀ ਪਾਲਣਾ ਕਰਨ ਨਾਲ, ਮਨ ਦੀ ਸਾਤਵਿਕ ਗੁਣਵੱਤਾ ਵਧੇਗੀ, ਅਤੇ ਇਹ ਸਵੈ-ਖੋਜ ਲਈ ਸਹਾਇਕ ਹੋਵੇਗੀ।

13. ਵਾਸਨਾਵਾਂ ਦੇ ਪ੍ਰਭਾਵ (ਵਿਚਾਰ) ਸਾਗਰ ਦੀਆਂ ਲਹਿਰਾਂ ਵਾਂਗ ਅਨੰਤ ਪ੍ਰਤੀਤ ਹੁੰਦੇ ਹਨ। ਇਹ ਸਭ ਕਦੋਂ ਨਸ਼ਟ ਹੋਣਗੇ?

ਜਿਵੇਂ-ਜਿਵੇਂ ਆਤਮ ਬੋਧ ਦਾ ਪੱਧਰ ਉੱਚਾ ਅਤੇ ਹੋਰ ਉੱਚਾ ਹੁੰਦਾ ਜਾਂਦਾ ਹੈ, ਇਹ ਵਿਚਾਰ ਨਸ਼ਟ ਹੁੰਦੇ ਜਾਂਦੇ ਹਨ।

14. ਕੀ ਆਦਿ ਕਾਲ ਤੋਂ ਚੱਲੀਆਂ ਆ ਰਹੀਆਂ ਪਦਾਰਥਾਂ ਪ੍ਰਤੀ ਵਾਸਨਾਵਾਂ ਦੇ ਪ੍ਰਭਾਵਾਂ ਦਾ ਨਿਵਾਰਨ ਹੋਣਾ ਅਤੇ ਵਿਅਕਤੀ ਦਾ ਸ਼ੁੱਧ ਆਤਮ ਰੂਪ ਬਣੇ ਰਹਿਣਾ ਸੰਭਵ ਹੈ?

'ਕੀ ਇਹ ਸੰਭਵ ਹੈ, ਜਾਂ ਨਹੀਂ?' ਇਸ ਸ਼ੱਕ ਵਿੱਚ ਪਏ ਰਹਿਣ ਤੋਂ ਬਿਨਾਂ, ਵਿਅਕਤੀ ਨੂੰ ਨਿਰੰਤਰ ਆਤਮ ਖੋਜ ਵਿੱਚ ਲੱਗੇ ਰਹਿਣਾ ਚਾਹੀਦਾ ਹੈ। ਜੇ ਕੋਈ ਮਹਾਪਾਪੀ ਵੀ ਹੈ, ਤਾਂ ਵੀ ਉਸ ਨੂੰ ਚਿੰਤਾ ਨਹੀਂ ਕਰਨੀ ਚਾਹੀਦੀ ਅਤੇ ਨਾ ਹੀ ਰੋਣਾ ਚਾਹੀਦਾ ਹੈ 'ਓਅ, ਓਅ! ਕਿ ਮੈਂ ਪਾਪੀ ਹਾਂ, ਮੇਰਾ ਉਧਾਰ ਕਿਵੇਂ ਹੋ ਸਕਦਾ ਹੈ? 'ਮੈਂ ਪਾਪੀ ਹਾਂ' ਦੇ ਵਿਚਾਰ ਨੂੰ ਪੂਰੀ ਤਰ੍ਹਾਂ ਤਿਆਗ ਦੇਣਾ ਚਾਹੀਦਾ ਹੈ ਅਤੇ ਆਤਮ ਧਿਆਨ ਵਿੱਚ ਕੇਂਦ੍ਰਿਤ ਹੋ ਜਾਣਾ ਚਾਹੀਦਾ ਹੈ; ਫਿਰ, ਉਸਨੂੰ ਨਿਸ਼ਚਿਤ ਤੌਰ ਤੇ ਸਫਲਤਾ ਮਿਲੇਗੀ। ਇੱਥੇ ਦੋ ਮਨ ਨਹੀਂ ਹੁੰਦੇ - ਇੱਕ ਚੰਗਾ ਅਤੇ ਦੂਜਾ ਬੁਰਾ; ਮਨ ਤਾਂ ਸਿਰਫ਼ ਇੱਕ ਹੈ। ਵਾਸਨਾਵਾਂ ਦੇ ਪ੍ਰਭਾਵ ਹੀ ਹਨ ਜੋ ਦੋ ਪ੍ਰਕਾਰ ਦੇ ਹੁੰਦੇ ਹਨ - ਸ਼ੁਭ ਅਤੇ ਅਸ਼ੁੱਭ। ਜਦੋਂ ਮਨ ਸ਼ੁਭ ਪ੍ਰਭਾਵਾਂ ਦੇ ਪ੍ਰਭਾਵ ਅਧੀਨ ਵਿਚਰਦਾ ਹੈ ਤਾਂ ਇਸ ਨੂੰ ਚੰਗਾ ਕਿਹਾ ਜਾਂਦਾ ਹੈ; ਅਤੇ ਜਦੋਂ ਇਹ ਅਸ਼ੁੱਭ ਪ੍ਰਭਾਵਾਂ ਦੇ ਪ੍ਰਭਾਵ ਅਧੀਨ ਵਿਚਰਦਾ ਹੈ ਤਾਂ ਇਸ ਨੂੰ ਬੁਰਾ ਮੰਨਿਆ ਜਾਂਦਾ ਹੈ। ਮਨ ਨੂੰ ਸੰਸਾਰਿਕ ਪਦਾਰਥਾਂ ਅਤੇ ਹੋਰ ਲੋਕਾਂ ਨਾਲ ਸੰਬੰਧਿਤ ਗੱਲਾਂ ਵੱਲ ਭਟਕਣ ਦੀ ਆਗਿਆ ਨਹੀਂ ਦਿੱਤੀ ਜਾਣੀ ਚਾਹੀਦੀ। ਦੂਸਰੇ ਲੋਕ ਕਿੰਨੇ ਵੀ ਬੁਰੇ ਕਿਉਂ ਨਾ ਹੋਣ, ਵਿਅਕਤੀ ਨੂੰ ਉਨ੍ਹਾਂ ਪ੍ਰਤੀ ਨਫ਼ਰਤ ਨਹੀਂ ਕਰਨੀ ਚਾਹੀਦੀ। ਇੱਛਾ ਅਤੇ ਨਫ਼ਰਤ ਦੋਵਾਂ ਤੋਂ ਬਚਣਾ ਚਾਹੀਦਾ ਹੈ। ਉਹ ਸਭ ਕੁਝ ਜੋ ਅਸੀਂ ਦੂਜਿਆਂ ਨੂੰ ਦਿੰਦੇ ਹੈ ਉਹ ਅਸਲ ਵਿੱਚ ਖੁਦ ਨੂੰ ਵੀ ਦਿੰਦੇ ਹੈ। ਜੇ ਇਹ ਸੱਚ ਸਮਝ ਵਿੱਚ ਆ ਜਾਵੇ ਤਾਂ ਉਹ ਦੂਜਿਆਂ ਨਾਲ ਇਸ ਤਰ੍ਹਾਂ ਨਹੀਂ ਵਿਚਰੇਗਾ? ਜਦੋਂ ਸਾਡੀ ਆਤਮਾ ਜਾਗ੍ਰਿਤ ਹੁੰਦੀ ਹੈ ਤਾਂ ਸਭ ਕੁਝ ਉਤਪੰਨ ਹੁੰਦਾ ਹੈ; ਜਦੋਂ ਸਾਡਾ ਮਨ ਸ਼ਾਂਤ ਹੋ ਜਾਂਦਾ ਹੈ ਤਾਂ ਸਭ ਕੁਝ ਸ਼ਾਂਤ ਹੋ ਜਾਂਦਾ ਹੈ। ਜਿਸ ਵੀ ਹੱਦ ਤੱਕ ਅਸੀਂ ਨਿਮਰਤਾ ਨਾਲ ਵਿਵਹਾਰ ਕਰਾਂਗੇ, ਨਤੀਜੇ ਉਸ ਹੱਦ ਤੱਕ ਚੰਗੇ ਹੀ ਨਿਕਲਣਗੇ। ਜੇ ਮਨ ਸ਼ਾਂਤ ਹੋ ਜਾਵੇ, ਤਾਂ ਕੋਈ ਕਿਤੇ ਵੀ ਰਹਿ ਸਕਦਾ ਹੈ।

15. ਖੋਜ ਕਿੰਨੇ ਸਮੇਂ ਤੱਕ ਕੀਤੀ ਜਾਣੀ ਚਾਹੀਦੀ ਹੈ?

ਜਦੋਂ ਤੱਕ ਮਨ ਵਿੱਚ ਪਦਾਰਥਾਂ ਦੇ ਪ੍ਰਭਾਵ ਅਧੀਨ ਰਹਿੰਦਾ ਹੈ, ਉਦੋਂ ਤੱਕ 'ਮੈਂ ਕੌਣ ਹਾਂ?' ਖੋਜ ਕਰਨ ਦੀ ਲੋੜ ਹੁੰਦੀ ਹੈ। ਜਿਵੇਂ ਹੀ ਵਿਚਾਰ ਆਉਣ, ਉਨ੍ਹਾਂ ਨੂੰ ਆਤਮ ਖੋਜ ਦੁਆਰਾ ਉਨ੍ਹਾਂ ਦੇ ਉਸੇ ਉਤਪਤੀ ਵਾਲੇ ਸਥਾਨ 'ਤੇ ਖਤਮ ਕਰ ਦੇਣਾ ਚਾਹੀਦਾ ਹੈ। ਜੇ ਕੋਈ ਨਿਰੰਤਰ ਆਤਮਾ ਦਾ ਧਿਆਨ ਕਰਦਾ ਹੈ, ਜਦੋਂ ਤੱਕ ਆਤਮਾ ਦੀ ਪ੍ਰਾਪਤੀ ਨਹੀਂ ਹੋ ਜਾਂਦੀ, ਤਾਂ ਇਹੀ ਉਚਿਤ ਰਹੇਗਾ। ਜਦੋਂ ਤੱਕ ਕਿਲ੍ਹੇ ਦੇ ਅੰਦਰ ਦੁਸ਼ਮਣ ਹਨ, ਉਹ ਅੱਗੇ ਵਧਦੇ ਹੀ ਰਹਿਣਗੇ; ਜੇ ਉਹ ਬਾਹਰ ਨਿਕਲਦੇ ਹੀ ਨਸ਼ਟ ਹੋ ਜਾਂਦੇ ਹਨ, ਤਾਂ ਕਿਲ੍ਹੇ ਤੇ ਸਾਡਾ ਰਾਜ ਹੋ ਜਾਵੇਗਾ।

16. ਆਤਮਾ ਦਾ ਸੁਭਾਅ ਕੀ ਹੈ?

ਜੋ ਸੱਚ ਵਿੱਚ ਬਿਰਾਜਮਾਨ ਹੈ ਕੇਵਲ ਉਹ ਹੀ ਕੇਵਲ ਆਤਮਾ ਹੈ। ਸੰਸਾਰ, ਜੀਵ ਅਤੇ ਪਰਮਾਤਮਾ ਮੋਤੀ-ਦੇ-ਗਰਭ ਵਿੱਚ ਚਾਂਦੀ ਦੇ ਵਾਂਗ ਪ੍ਰਤੀਤ ਹੁੰਦੇ ਹਨ, ਜਿਵੇਂ; ਇਹ ਤਿੰਨੋਂ ਇੱਕੇ ਸਮੇਂ ਹੀ ਪ੍ਰਗਟ ਹੁੰਦੇ ਹਨ ਅਤੇ ਇੱਕੇ ਸਮੇਂ ਅਲੋਪ ਹੋ ਜਾਂਦੇ ਹਨ।

ਆਤਮਾ ਉਹ ਹੈ ਜਿੱਥੇ ਬਿਲਕੁਲ ਵੀ 'ਮੈਂ' ਦਾ ਕੋਈ ਵਿਚਾਰ ਨਹੀਂ ਹੁੰਦਾ। ਇਸ ਨੂੰ 'ਸੁੰਨ' ਕਿਹਾ ਜਾਂਦਾ ਹੈ। ਆਤਮਾ ਹੀ ਸੰਸਾਰ ਹੈ; ਆਤਮਾ ਹੀ 'ਮੈਂ' ਹੈ; ਆਤਮਾ ਹੀ ਪਰਮਾਤਮਾ ਹੈ; ਸਭ ਕੁਝ ਸ਼ਿਵ ਹੈ, ਆਤਮਾ ਰੂਪ ਹੀ ਹੈ।

17. ਕੀ ਸਭ ਕੁਝ ਪਰਮਾਤਮਾ ਦਾ ਕਾਰਜ ਨਹੀਂ ਹੈ?

ਬਿਨਾਂ ਕਿਸੇ ਇੱਛਾ, ਸੰਕਲਪ ਜਾਂ ਯਤਨ ਤੋਂ, ਸੂਰਜ ਚੜ੍ਹਦਾ ਹੈ; ਅਤੇ ਇਸ ਦੀ ਮੌਜੂਦਗੀ ਵਿੱਚ, ਸੂਰਜ-ਮਣੀ ਅੱਗ ਨੂੰ ਕਿਰਨ/ਪ੍ਰਕਾਸ਼ ਰੂਪੀ ਛੱਡਦਾ ਹੈ, ਕਮਲ ਖਿੜਦਾ ਹੈ, ਪਾਣੀ ਵਾਸ਼ਪਿਤ ਹੁੰਦਾ ਹੈ, ਲੋਕ ਆਪਣੇ ਵਿਭਿੰਨ ਕਾਰਜ ਕਰਨ ਸਮੇ ਕਿਰਿਆਸ਼ੀਲ ਅਤੇ ਫਿਰ ਆਰਾਮ ਕਰਨ ਸਮੇਂ ਅਕਿਰਿਆਸ਼ੀਲ ਹੁੰਦੇ ਹਨ। ਜਿਵੇਂ ਚੁੰਬਕ ਦੀ ਮੌਜੂਦਗੀ ਵਿੱਚ ਸੂਈ ਹਿੱਲਦੀ ਹੈ, ਉਸ ਪ੍ਰਕਾਰ ਪਰਮਾਤਮਾ ਦੀ ਮੌਜੂਦਗੀ ਦੇ ਕਾਰਨ ਤਿੰਨ (ਬ੍ਰਹਿਮੰਡੀ) ਕਾਰਜਾਂ ਜਾਂ ਪੰਜ ਤੱਤਾਂ ਦੀ ਬ੍ਰਹਮ ਗਤੀਵਿਧੀ ਦੁਆਰਾ ਸੰਚਾਲਿਤ ਜੀਵ ਆਪਣੇ ਕਾਰਜ ਕਰਦੇ ਹਨ ਅਤੇ ਫਿਰ ਆਪਣੇ-ਆਪਣੇ ਕਰਮਾਂ ਅਨੁਸਾਰ ਆਰਾਮ ਕਰਦੇ ਹਨ। ਪਰਮਾਤਮਾ ਦੇ ਕੋਲ ਕੋਈ ਸੰਕਲਪ ਨਹੀਂ ਹੈ; ਕੋਈ ਵੀ ਕਰਮ ਉਸ ਨਾਲ ਜੁੜਿਆ ਨਹੀਂ ਹੁੰਦਾ। ਇਹ ਸੰਸਾਰਿਕ ਕਿਰਿਆਵਾਂ ਵਾਂਗ ਹੈ ਜੋ ਸੂਰਜ ਨੂੰ ਪ੍ਰਭਾਵਤ ਨਹੀਂ ਕਰਦੀਆਂ, ਜਾਂ ਜਿਵੇਂ ਹੋਰ ਚਾਰ ਤੱਤਾਂ ਦੇ ਗੁਣ ਅਤੇ ਅਗੁਣ ਵਾਂਗ ਜੋ ਸਰਬ-ਵਿਆਪਕ ਆਕਾਸ਼ ਨੂੰ ਪ੍ਰਭਾਵਤ ਨਹੀਂ ਕਰਦੇ।

18. ਭਗਤਾਂ ਵਿੱਚੋਂ ਸਭ ਤੋਂ ਸ਼੍ਰੋਮਣੀ ਕੋਣ ਹੈ?

ਜਿਹੜਾ ਆਪਣਾ ਆਪ, ਆਤਮਾ ਅਰਥਾਤ ਪਰਮਾਤਮਾ ਨੂੰ ਸਮਰਪਣ ਕਰ ਦਿੰਦਾ ਹੈ, ਉਹ ਸਭ ਤੋਂ ਸ਼੍ਰੋਮਣੀ ਭਗਤ ਹੈ। ਆਪਣਾ ਆਪ, ਪਰਮਾਤਮਾ ਨੂੰ ਸਮਰਪਣ ਕਰਨ ਦਾ ਅਰਥ ਹੈ, ਆਤਮਾ ਤੋਂ ਇਲਾਵਾ ਕਿਸੇ ਹੋਰ ਵਿਚਾਰਾਂ ਨੂੰ ਮਨ ਵਿੱਚ ਆਉਣ ਦੀ ਆਗਿਆ ਦਿੱਤੇ ਬਿਨਾਂ ਨਿਰੰਤਰ ਆਤਮਾ ਨਾਲ ਜੁੜੇ ਰਹਿਣਾ।

ਜੋ ਵੀ ਚੀਜ਼ ਪਰਮਾਤਮਾ ਉੱਤੇ ਸੁੱਟ ਦਿੱਤੀ ਜਾਂਦੀ ਹੈ, ਉਹ ਸਭ ਨੂੰ ਸੰਭਾਲਦਾ ਹੈ। ਕਿਉਂਕਿ ਪਰਮਾਤਮਾ ਦੀ ਸਰਵਉੱਚ ਸ਼ਕਤੀ ਸਾਰੀਆਂ ਚੀਜ਼ਾਂ ਦਾ ਨਿਯੰਤ੍ਰਣ ਕਰਦੀ ਹੈ, ਤਾਂ ਸਾਨੂੰ, ਆਪਣਾ ਆਪ ਸਮਰਪਿਤ ਕੀਤੇ ਬਿਨਾਂ, ਲਗਾਤਾਰ ਸੋਚਦੇ ਹੋਏ ਇਹ ਚਿੰਤਾ ਨਹੀਂ ਕਰਨੀ ਚਾਹੀਦੀ ਕਿ, ਕੀ ਕਰਨਾ ਚਾਹੀਦਾ ਹੈ ਅਤੇ ਕਿਵੇਂ, ਅਤੇ ਕੀ ਨਹੀਂ ਕਰਨਾ ਚਾਹੀਦਾ ਅਤੇ ਕਿਵੇਂ ਨਹੀਂ? ਅਸੀਂ ਜਾਣਦੇ ਹਾਂ ਕਿ ਰੇਲਗੱਡੀ ਸਾਰਾ ਬੋਝ (ਭਾਰ) ਲੈ ਕੇ ਚੱਲਦੀ ਹੈ, ਇਸ ਲਈ ਰੇਲਗੱਡੀ ਵਿੱਚ ਚੜ੍ਹਨ ਤੋਂ ਬਾਅਦ ਅਸੀਂ ਆਪਣੇ ਮਾੜੇ-ਮੋਟੇ ਸਮਾਨ ਨੂੰ ਵੀ ਸਿਰ ਤੇ ਕਿਉਂ ਢੋਈਏ, ਕੀ ਆਪਣੀ ਬੇਆਰਾਮੀ ਲਈ ਜਾਂ ਬਜਾਏ ਇਸਦੇ ਕਿ ਅਸੀਂ ਉਸਨੂੰ ਰੇਲਗੱਡੀ ਵਿੱਚ ਰੱਖ ਕੇ ਆਰਾਮ ਨਾਲ ਸਫ਼ਰ ਕਰੀਏ?

19. ਨਿਰ-ਮੋਹ ਕੀ ਹੈ?

ਜਿਵੇਂ ਹੀ ਵਿਚਾਰ ਪੈਦਾ ਹੁੰਦੇ ਹਨ, ਉਹਨਾਂ ਨੂੰ ਉਨ੍ਹਾਂ ਦੀ ਉਤਪਤੀ ਦੇ ਸਥਾਨ 'ਤੇ ਪੂਰੀ ਤਰ੍ਹਾਂ ਨਸ਼ਟ ਕਰਨਾ, ਉਹ ਵੀ ਬਿਨਾਂ ਕਿਸੇ ਵਾਸਨਾਵਾਂ ਦੇ, ਹੀ ਨਿਰ-ਮੋਹ ਹੈ। ਜਿਵੇਂ ਮੋਤੀ ਖੋਜਣ ਵਾਲਾ ਗੋਤਾਖੋਰ ਆਪਣੇ ਲੱਕ ਨਾਲ ਪੱਥਰ ਬੰਨ੍ਹਦਾ ਹੈ ਤੇ ਸਮੁੰਦਰ ਦੇ ਤਲ ਤੱਕ ਡੁਬਕੀ ਲਗਾਉਂਦਾ ਹੈ ਅਤੇ ਫਿਰ ਉਸ ਸਥਾਨ ਤੋਂ ਮੋਤੀ ਲੱਭ ਲਿਆਉਂਦਾ ਹੈ, ਉਸੇ ਤਰ੍ਹਾਂ ਸਾਡੇ ਵਿੱਚੋਂ ਹਰ ਇੱਕ ਨੂੰ ਨਿਰ-ਮੋਹ ਨਾਲ ਲੈਸ ਹੋਣਾ ਚਾਹੀਦਾ ਹੈ, ਆਪਣੇ ਅੰਦਰ ਗੋਤੇ ਲਗਾਉਣੇ ਚਾਹੀਦੇ ਹਨ ਅਤੇ ਆਤਮ-ਮੋਤੀ ਪ੍ਰਾਪਤ ਕਰਨਾ ਚਾਹੀਦਾ ਹੈ।

20. ਕੀ ਪਰਮਾਤਮਾ ਅਤੇ ਗੁਰੂ, ਜੀਵ ਨੂੰ ਮੁਕਤੀ ਨਹੀਂ ਦੇ ਸਕਦੇ?

ਪਰਮਾਤਮਾ ਅਤੇ ਗੁਰੂ ਸਿਰਫ਼ ਮੁਕਤੀ ਦਾ ਮਾਰਗ ਦਿਖਾਉਂਦੇ ਹਨ; ਉਹ ਆਪਣੇ ਆਪ ਆਤਮਾ ਨੂੰ ਮੁਕਤੀ ਦੀ ਅਵਸਥਾ ਵਿੱਚ ਨਹੀਂ ਲੈ ਜਾਣਗੇ।

ਸੱਚ ਤਾਂ ਇਹ ਹੈ ਕਿ ਪਰਮਾਤਮਾ ਅਤੇ ਗੁਰੂ ਵੱਖਰੇ ਨਹੀਂ ਹਨ। ਜਿਵੇਂ ਸ਼ੇਰ ਦੇ ਜਬਾੜਿਆਂ ਵਿੱਚ ਸ਼ਿਕਾਰ ਹੈ, ਉਹ ਭੱਜ ਨਹੀਂ ਸਕਦਾ, ਉਸੇ ਤਰ੍ਹਾਂ ਜਿਹੜੇ ਗੁਰੂ ਦੀ ਮਿਹਰ ਭਰੀ ਕਿਰਪਾ ਦੇ ਦਾਇਰੇ ਵਿੱਚ ਆਏ ਹਨ, ਉਹ ਗੁਰੂ ਦੁਆਰਾ ਸ਼ਰਨ ਵਿੱਚ ਲੈ ਲਏ ਜਾਣਗੇ ਅਤੇ ਫਿਰ ਭਟਕਣਗੇ ਵੀ ਨਹੀਂ; ਫਿਰ ਵੀ, ਹਰੇਕ ਨੂੰ ਆਪਣੇ ਯਤਨਾਂ ਨਾਲ ਪਰਮਾਤਮਾ ਜਾਂ

ਗੁਰੂ ਦੇ ਦਰਸਾਏ ਮਾਰਗ 'ਤੇ ਚੱਲਣਾ ਚਾਹੀਦਾ ਹੈ ਅਤੇ ਮੁਕਤੀ ਪ੍ਰਾਪਤ ਕਰਨੀ ਚਾਹੀਦੀ ਹੈ। ਵਿਅਕਤੀ ਆਤਮਾ ਨੂੰ ਸਿਰਫ ਆਪਣੀ ਗਿਆਨ ਦੀ ਅੱਖ ਨਾਲ ਹੀ ਜਾਣ ਸਕਦਾ ਹੈ, ਨਾ ਕਿ ਕਿਸੇ ਹੋਰ ਤਰੀਕੇ ਨਾਲ। ਕੀ ਉਹ, ਜੋ ਰਾਮ ਹੈ ਉਸ ਨੂੰ ਇਹ ਜਾਣਨ ਲਈ ਕਿ ਉਹ ਹੀ ਰਾਮ ਹੈ, ਇੱਕ ਸ਼ੀਸ਼ੇ ਦੀ ਮਦਦ ਦੀ ਲੋੜ ਹੁੰਦੀ ਹੈ?

21. ਕੀ ਮੁਕਤੀ ਦੀ ਇੱਛਾ ਰੱਖਣ ਵਾਲੇ ਲਈ ਸ਼੍ਰੇਣੀਆਂ (ਤੱਤਾਂ) ਦੀ ਪ੍ਰਕਿਰਤੀ ਦੀ ਖੋਜ ਕਰਨਾ ਜ਼ਰੂਰੀ ਹੈ?

ਜਿਸ ਤਰ੍ਹਾਂ ਜਿਹੜਾ ਵੀ ਕੂੜਾ-ਕਰਕਟ ਸੁੱਟਣਾ ਚਾਹੁੰਦਾ ਹੈ, ਉਸ ਨੂੰ ਇਸ ਦੀ ਖੋਜ-ਬੀਨ ਕਰਨ ਅਤੇ ਇਹ ਦੇਖਣ ਦੀ ਜ਼ਰੂਰਤ ਨਹੀਂ ਹੈ ਕਿ ਇਸ ਵਿੱਚ ਕੀ ਹੈ, ਇਸੇ ਤਰ੍ਹਾਂ ਜੋ ਆਤਮਾ ਨੂੰ ਜਾਣਨਾ ਚਾਹੁੰਦਾ ਹੈ ਉਸ ਨੂੰ ਸ਼੍ਰੇਣੀਆਂ ਦੀ ਸੰਖਿਆ ਗਿਣਨ ਜਾਂ ਉਨ੍ਹਾਂ ਦੀਆਂ ਵਿਸ਼ੇਸ਼ਤਾਵਾਂ ਬਾਰੇ ਜਾਣਨ ਦੀ ਜ਼ਰੂਰਤ ਨਹੀਂ ਹੈ; ਉਸ ਨੂੰ ਸਿਰਫ ਇਹ ਕਰਨਾ ਹੈ ਉਹ ਉਹਨਾਂ ਸ਼੍ਰੇਣੀਆਂ ਨੂੰ ਪੂਰੀ ਤਰ੍ਹਾਂ ਰੱਦ ਕਰ ਦੇਵੇ, ਜੋ ਆਤਮਾ ਦੇ ਅੱਗੇ ਪਰਦੇ ਵਾਂਗ ਹਨ। ਸੰਸਾਰ ਨੂੰ ਇੱਕ ਸੁਪਨੇ ਵਾਂਗ ਹੀ ਮੰਨਣਾ ਚਾਹੀਦਾ ਹੈ।

22. ਕੀ ਜਾਗਣਾ ਅਤੇ ਸੁਪਨੇ ਵਿੱਚ ਕੋਈ ਅੰਤਰ ਨਹੀਂ ਹੈ?

ਜਾਗਣਾ ਲੰਬਾ ਹੈ ਅਤੇ ਸੁਪਨੇ ਛੋਟੇ ਹੁੰਦੇ ਹਨ; ਇਸ ਤੋਂ ਇਲਾਵਾ ਕੋਈ ਫਰਕ ਨਹੀਂ ਹੈ। ਜਿਵੇਂ ਜਾਗਣ ਦੀ ਅਵਸਥਾ ਦੌਰਾਨ ਹੋ ਰਹੀਆਂ ਘਟਨਾਵਾਂ ਵਾਸਤਵਿਕ ਲੱਗਦੀਆਂ ਹਨ, ਉਸੇ ਤਰ੍ਹਾਂ ਸੁਪਨੇ ਵਿੱਚ ਵੀ ਸੁਪਨੇ ਦੀਆਂ ਘਟਨਾਵਾਂ ਵੀ ਵਾਸਤਵਿਕ ਲੱਗਦੀਆਂ ਹਨ। ਸੁਪਨੇ ਵਿੱਚ ਮਨ ਦੂਜੇ ਸਰੀਰ ਦਾ ਰੂਪ ਧਾਰਨ ਕਰ ਲੈਂਦਾ ਹੈ। ਜਾਗਣ ਅਤੇ ਸੁਪਨੇ ਦੀਆਂ ਦੋਵਾਂ ਅਵਸਥਾਵਾਂ ਵਿੱਚ ਵਿਚਾਰ, ਨਾਮ ਅਤੇ ਰੂਪ ਇੱਕੋ ਸਮੇਂ ਵਾਪਰ ਰਹੇ ਹੁੰਦੇ ਹਨ।

23. ਕੀ ਉਹਨਾਂ ਲੋਕਾਂ ਦੇ ਲਈ ਕਿਤਾਬਾਂ ਪੜ੍ਹਨ ਦਾ ਫਾਇਦਾ ਹੈ ਜੋ ਮੁਕਤੀ ਪ੍ਰਾਪਤ ਕਰਨਾ ਚਾਹੁੰਦੇ ਹਨ?

ਸਾਰੇ ਗ੍ਰੰਥਾਂ ਵਿੱਚ ਇਹੀ ਕਿਹਾ ਗਿਆ ਹੈ ਕਿ ਮੁਕਤੀ ਪ੍ਰਾਪਤ ਕਰਨ ਲਈ ਮਨ ਨੂੰ ਸ਼ਾਂਤ ਕਰਨਾ ਚਾਹੀਦਾ ਹੈ; ਇਸ ਲਈ ਉਨ੍ਹਾਂ ਦੀ ਨਿਰਣਾਇਕ ਸਿੱਖਿਆ ਇਹ ਹੈ ਕਿ ਮਨ ਨੂੰ ਸ਼ਾਂਤ ਬਣਾਇਆ ਜਾਣਾ ਚਾਹੀਦਾ ਹੈ; ਇੱਕ ਵਾਰ ਜਦੋਂ ਇਹ ਸਮਝ ਲਿਆ ਜਾਂਦਾ ਹੈ ਤਾਂ ਹੋਰ ਕੁਝ ਵੀ ਪੜ੍ਹਨ ਦੀ ਕੋਈ ਲੋੜ ਨਹੀਂ ਰਹਿੰਦੀ। ਮਨ ਨੂੰ ਸ਼ਾਂਤ ਕਰਨ ਲਈ ਵਿਅਕਤੀ ਨੂੰ ਆਪਣੇ ਅੰਦਰ ਸਿਰਫ ਇਹ ਖੋਜ ਕਰਨੀ ਪੈਂਦੀ ਹੈ ਕਿ ਉਸਦੀ ਆਤਮਾ ਕੀ ਹੈ; ਇਹ ਖੋਜ ਕਿਤਾਬਾਂ ਵਿੱਚ ਕਿਵੇਂ ਕੀਤੀ ਜਾ ਸਕਦੀ ਹੈ? ਵਿਅਕਤੀ ਨੂੰ ਆਪਣੀ ਵਿਵੇਕ ਬੁੱਧੀ ਦੀ

ਅੱਖ ਨਾਲ ਸਵੈ (ਆਤਮਾ) ਨੂੰ ਜਾਣਨਾ ਚਾਹੀਦਾ ਹੈ। ਆਤਮਾ ਪੰਜ ਕੋਸ਼ਾਂ ਦੇ ਅੰਦਰ ਹੈ; ਪਰ ਕਿਤਾਬਾਂ ਉਨ੍ਹਾਂ ਤੋਂ ਬਾਹਰ ਹਨ। ਕਿਉਂਕਿ ਆਤਮਾ ਦੀ ਖੋਜ ਪੰਜ ਕੋਸ਼ਾਂ ਨੂੰ ਤਿਆਗ ਕੇ ਹੀ ਕਰਨੀ ਹੈ, ਇਸ ਲਈ ਕਿਤਾਬਾਂ ਵਿੱਚ ਇਸ ਦੀ ਭਾਲ ਕਰਨਾ ਬਿਲਕੁਲ ਵਿਅਰਥ ਹੈ। ਇੱਕ ਸਮਾਂ ਆਵੇਗਾ ਜਦੋਂ ਵਿਅਕਤੀ ਨੂੰ ਉਹ ਸਭ ਕੁਝ ਅਸਿੱਖਿਅਤ ਕਰਨਾ ਪਵੇਗਾ ਜੋ ਉਸਨੇ ਹੁਣ ਤੱਕ ਸਿੱਖਿਆ ਹੈ।

24. ਆਨੰਦ ਕੀ ਹੈ?

ਆਨੰਦ, ਆਤਮਾ ਦਾ ਸੁਭਾਅ ਹੈ; ਆਨੰਦ ਅਤੇ ਆਤਮਾ ਵੱਖਰੇ ਨਹੀਂ ਹਨ। ਸੰਸਾਰ ਦੇ ਕਿਸੇ ਵੀ ਪਦਾਰਥ ਵਿੱਚ ਕੋਈ ਆਨੰਦ ਨਹੀਂ ਹੈ। ਅਸੀ ਆਪਣੀ ਅਗਿਆਨਤਾ ਨਾਲ ਇਹ ਕਲਪਨਾ ਕਰਦੇ ਹਾਂ ਕਿ ਸਾਨੂੰ ਸੰਸਾਰਿਕ ਪਦਾਰਥਾਂ ਤੋਂ ਆਨੰਦ ਮਿਲਦਾ ਹੈ। ਜਦੋਂ ਮਨ ਬਾਹਰ ਜਾਂਦਾ ਹੈ, ਤਾਂ ਇਹ ਦੁੱਖ ਦਾ ਅਨੁਭਵ ਕਰਦਾ ਹੈ। ਵਾਸਤਵਿਕ ਵਿੱਚ, ਜਦੋਂ ਇਸਦੀਆਂ ਇੱਛਾਵਾਂ ਪੂਰੀਆਂ ਹੁੰਦੀਆਂ ਹਨ, ਤਾਂ ਇਹ ਆਪਣੇ ਮੂਲ ਸਥਾਨ ਤੇ ਵਾਪਸ ਆ ਜਾਂਦਾ ਹੈ ਅਤੇ ਸੁੱਖ ਦਾ ਆਨੰਦ ਮਾਣਦਾ ਹੈ ਜੋ ਆਤਮਾ ਹੈ। ਇਸੇ ਤਰ੍ਹਾਂ ਨੀਂਦ, ਸਮਾਧੀ ਅਤੇ ਬੇਹੋਸ਼ੀ ਦੀਆਂ ਅਵਸਥਾਵਾਂ ਵਿੱਚ, ਅਤੇ ਜਦੋਂ ਲੋੜੀਂਦੀ ਵਸਤੁ ਪ੍ਰਾਪਤ ਹੋ ਜਾਂਦੀ ਹੈ ਜਾਂ ਨਾਪਸੰਦ ਵਸਤੁ ਦੂਰ ਹੋ ਜਾਂਦੀ ਹੈ, ਤਾਂ ਮਨ ਅੰਤਰਮੁਖੀ ਹੋ ਜਾਂਦਾ ਹੈ, ਅਤੇ ਸ਼ੁੱਧ ਆਤਮ-ਸੁੱਖ ਦਾ ਆਨੰਦ ਮਾਣਦਾ ਹੈ। ਇਸ ਤਰ੍ਹਾਂ ਮਨ ਬਿਨਾਂ ਆਰਾਮ ਕੀਤੇ ਚੱਲਦਾ ਰਹਿੰਦਾ ਹੈ, ਵਾਰੀ-ਵਾਰੀ ਆਤਮਾ ਤੋਂ ਬਾਹਰ ਨਿਕਲਦਾ ਹੈ ਅਤੇ ਫਿਰ ਇਸ ਵਿੱਚ ਵਾਪਸ ਆ ਜਾਂਦਾ ਹੈ। ਰੁੱਖ ਦੇ ਹੇਠਾਂ ਛਾਂ ਸੁੱਖ ਦਿੰਦੀ ਹੈ; ਬਾਹਰ ਖੁੱਲ੍ਹੇ 'ਚ ਗਰਮੀ ਝੁਲਸਾਉਂਦੀ ਹੈ। ਜੋ ਵਿਅਕਤੀ ਧੁੱਪ ਵਿੱਚ ਘੁੰਮ ਰਿਹਾ ਹੈ ਬਾਅਦ ਵਿੱਚ ਜਦੋਂ ਉਹ ਛਾਂ ਵਿੱਚ ਪਹੁੰਚਦਾ ਹੈ ਤਾਂ ਸੁੱਖ ਦਾ ਅਨੁਭਵ ਕਰਦਾ ਹੈ। ਜੋ ਵਿਅਕਤੀ ਜੋ ਛਾਂ ਤੋਂ ਧੁੱਪ ਵਿੱਚ ਜਾਂਦਾ ਰਹਿੰਦਾ ਹੈ ਅਤੇ ਫਿਰ ਛਾਂ ਵਿੱਚ ਵਾਪਸ ਜਾਂਦਾ ਹੈ ਉਹ ਅਵਿਵੇਕੀ ਹੈ। ਇੱਕ ਵਿਵੇਕੀ ਵਿਅਕਤੀ ਹਮੇਸ਼ਾ ਹੀ ਛਾਂ ਵਿੱਚ ਰਹਿੰਦਾ ਹੈ। ਇਸੇ ਤਰ੍ਹਾਂ ਸੱਚ ਨੂੰ ਜਾਣਨ ਵਾਲੇ ਦਾ ਮਨ ਬ੍ਰਹਮ ਤੋਂ ਅਲੱਗ ਨਹੀਂ ਹੁੰਦਾ। ਇਸ ਦੇ ਉਲਟ, ਅਗਿਆਨੀ ਦਾ ਮਨ ਸੰਸਾਰ ਵਿੱਚ ਭਟਕਦਾ ਹੈ, ਦੁੱਖ ਦਾ ਅਨੁਭਵ ਕਰਦਾ ਹੈ, ਅਤੇ ਥੋੜ੍ਹੇ ਸਮੇਂ ਲਈ ਸੁੱਖ ਦਾ ਅਨੁਭਵ ਕਰਨ ਲਈ ਬ੍ਰਹਮ ਵਿੱਚ ਵਾਪਸ ਆ ਜਾਂਦਾ ਹੈ। ਵਾਸਤਵਿਕ ਵਿੱਚ, ਜਿਸ ਨੂੰ ਸੰਸਾਰ ਕਿਹਾ ਜਾਂਦਾ ਹੈ, ਉਹ ਸਿਰਫ ਇੱਕ ਵਿਚਾਰ ਹੀ ਹੈ। ਜਦੋਂ ਸੰਸਾਰ ਅਲੋਪ ਹੋ ਜਾਂਦਾ ਹੈ, ਭਾਵ, ਜਦੋਂ ਕੋਈ ਵਿਚਾਰ ਨਹੀਂ ਹੁੰਦਾ, ਮਨ ਆਨੰਦ ਨੂੰ ਅਨੁਭਵ ਕਰਦਾ ਹੈ; ਅਤੇ ਜਦੋਂ ਸੰਸਾਰ ਪ੍ਰਗਟ ਹੁੰਦਾ ਹੈ, ਤਾਂ ਇਹ ਦੁੱਖਾਂ ਦਾ ਅਨੁਭਵ ਕਰਦਾ ਹੈ।

25. ਵਿਵੇਕ-ਅੰਤਰਦ੍ਰਿਸ਼ਟੀ (ਗਿਆਨ ਦ੍ਰਿਸ਼ਟੀ) ਕੀ ਹੈ?

ਸ਼ਾਂਤ ਰਹਿਣਾ ਉਹੀ ਹੈ ਜਿਸ ਨੂੰ ਹੀ ਵਿਵੇਕ-ਅੰਤਰਦ੍ਰਿਸ਼ਟੀ ਕਿਹਾ ਜਾਂਦਾ ਹੈ। ਸ਼ਾਂਤ ਰਹਿਣ ਦਾ ਅਰਥ ਮਨ ਨੂੰ ਆਤਮਾ ਵਿੱਚ ਲੀਨ ਕਰਨਾ ਹੈ। ਟੈਲੀਪੈਥੀ (ਦੂਜਿਆਂ ਦੇ ਵਿਚਾਰਾਂ ਨੂੰ ਜਾਣਨਾ ਜਾਂ ਪੜ੍ਹਨਾ), ਅਤੀਤ, ਵਰਤਮਾਨ ਅਤੇ ਭਵਿੱਖ ਦੀਆਂ ਘਟਨਾਵਾਂ ਨੂੰ ਜਾਣਨਾ ਅਤੇ ਦਿੱਬ-ਦ੍ਰਿਸ਼ਟੀ, ਇਸ ਸਭ ਕੁਝ ਵਿਵੇਕ-ਅੰਤਰਦ੍ਰਿਸ਼ਟੀ (ਗਿਆਨ ਦ੍ਰਿਸ਼ਟੀ) ਨਹੀਂ ਹੈ।

26. ਇੱਛਾਹੀਣਤਾ (ਵੈਰਾਗ) ਅਤੇ ਵਿਵੇਕੀ ਹੋਣ ਦੇ ਵਿੱਚ ਕੀ ਸਬੰਧ ਹੈ?

ਇੱਛਾਹੀਣਤਾ (ਵੈਰਾਗ) ਹੀ ਵਿਵੇਕੀ ਹੋਣਾ ਹੈ। ਦੋਵੇਂ ਵੱਖਰੇ ਨਹੀਂ ਹਨ; ਇੱਕ ਸਮਾਨ ਹੀ ਹਨ। ਇੱਛਾਹੀਣਤਾ (ਵੈਰਾਗ) ਦਾ ਅਰਥ ਮਨ ਨੂੰ ਕਿਸੇ ਵੀ ਪਦਾਰਥ ਵੱਲ ਆਕਰਸ਼ਿਤ ਤੋਂ ਰੋਕਣਾ ਹੈ। ਵਿਵੇਕ ਦਾ ਅਰਥ ਹੈ ਕਿਸੇ ਵੀ ਪਦਾਰਥ ਦਾ ਪ੍ਰਗਟ ਨਾ ਹੋਣਾ ਹੈ। ਦੂਜੇ ਸ਼ਬਦਾਂ ਵਿੱਚ, ਆਤਮਾ ਤੋਂ ਇਲਾਵਾ ਜੋ ਕੁਝ ਵੀ ਹੋਰ ਹੈ ਉਸ ਦੀ ਖੋਜ ਨਾ ਕਰਨਾ ਹੀ ਵੈਰਾਗ ਜਾਂ ਇੱਛਾਹੀਣਤਾ ਹੈ; ਆਤਮਾ ਦਾ ਤਿਆਗ ਨਾ ਕਰਨਾ ਹੀ ਵਿਵੇਕੀ ਹੋਣਾ ਹੈ।

27. ਖੋਜ ਅਤੇ ਧਿਆਨ ਵਿੱਚ ਕੀ ਅੰਤਰ ਹੈ?

ਖੋਜ ਕਰਨ ਦਾ ਅਰਥ ਹੈ ਮਨ ਨੂੰ ਆਤਮਾ ਵਿੱਚ ਲੀਨ ਕਰਕੇ ਰੱਖਣਾ ਹੈ। ਅਸੀਂ ਸਵੈ ਹੀ ਬ੍ਰਹਮ ਹਾਂ, ਅਸਤਿਤਵ-ਚੇਤਨਾ-ਆਨੰਦ (ਸਤਿ ਚਿੱਤ ਆਨੰਦ) ਹਾਂ, ਦਾ ਅਹਿਸਾਸ ਹੀ ਧਿਆਨ ਹੈ।

28. ਮੁਕਤੀ ਕੀ ਹੈ?

ਬੰਧਨਾਂ ਵਿੱਚ ਪਈ ਹੋਈ ਹਉਮੈਂ ਦੀ ਖੋਜ ਕਰਨਾ ਅਰਥਾਤ ਬੰਧਨਾਂ ਤੋਂ ਮੁਕਤ ਆਪਣੇ ਸੱਚੇ ਸੁਭਾਅ ਨੂੰ ਜਾਣਨਾ ਹੀ ਮੁਕਤੀ ਹੈ।

ਲੇਖਕ ਬਾਰੇ

ਰਮਨ ਮਹਾਰਿਸ਼ੀ (30 ਦਸੰਬਰ 1879 - 14 ਅਪ੍ਰੈਲ 1950) ਇੱਕ ਭਾਰਤੀ ਹਿੰਦੂ ਰਿਸ਼ੀ ਸਨ। ਉਨ੍ਹਾਂ ਨੂੰ ਵਿਆਪਕ ਤੌਰ 'ਤੇ ਅਜੋਕੇ ਸਮੇਂ ਦੇ ਸਭ ਤੋਂ ਸ਼੍ਰੋਮਣੀ ਭਾਰਤੀ ਅਧਿਆਤਮਕ ਨੇਤਾਵਾਂ ਵਿੱਚੋਂ ਇੱਕ ਲਈ ਜਾਣਿਆ ਜਾਂਦਾ ਹੈ। 16 ਸਾਲ ਦੀ ਉਮਰ ਵਿੱਚ ਗਿਆਨ ਪ੍ਰਾਪਤੀ ਹੋਣ ਤੋਂ ਬਾਅਦ, ਉਹ ਦੱਖਣ ਭਾਰਤ ਵਿੱਚ ਅਰੁਣਾਚਲ ਦੇ ਪਵਿੱਤਰ ਪਹਾੜ ਵੱਲ ਆਕਰਸ਼ਿਤ ਹੋਏ, ਅਤੇ ਆਪਣਾ ਬਾਕੀ ਦਾ ਜੀਵਨ ਉੱਥੇ ਹੀ ਬਤੀਤ ਕੀਤਾ। ਉਨ੍ਹਾਂ ਦੀ ਲੀਨਤਾ, ਸ਼ਾਂਤੀ ਅਤੇ ਸਿੱਖਿਆਵਾਂ ਤੋਂ ਆਕਰਸ਼ਿਤ ਹੋ ਕੇ, ਹਜ਼ਾਰਾਂ ਲੋਕਾਂ ਨੇ ਭਗਵਾਨ ਦੇ ਸੁਭਾਅ ਤੋਂ ਲੈ ਕੇ ਰੋਜ਼ਾਨਾ ਜੀਵਨ ਦੇ ਮੁੱਦਿਆਂ 'ਤੇ ਉਨ੍ਹਾਂ ਤੋਂ ਮਾਰਗਦਰਸ਼ਨ ਦੀ ਬੇਨਤੀ ਕੀਤੀ।

LIST OF TITLES WITH ISBN NO.

ISBN	TITLE
9788194914129	1984
9789390575220	1984 & Animal Farm (2In1)
9789390575572	1984 & Animal Farm (2In1): The International Best-Selling Classics
9789390575848	35 Sonnets
9789390575329	A Clergyman's Daughter
9789390575923	A Study In Scarlet
9789390896097	A Tale Of Two Cities
9789390896837	Abide in Christ
9789390896202	Abraham Lincoln
9789390896912	Absolute Surrender
9789390896608	African American Classic Collection
9789390575305	Aldous Huxley: The Collected Works
9789390896141	An Autobiography of M. K. Gandhi
9789390575886	Animal Farm
9789390575619	Animal Farm & The Great Gatsby (2In1)
9789390575626	Animal Farm & We
9789390896158	Anna Karenina
9789390575534	Antic Hay
9789390896165	Antony & Cleopatra
9789390896172	As I Lay Dying
9789390896226	As You like it
9789390575671	At Your Command
9789390575350	Awakened Imagination
9789390575114	Be What You Wish
9789390896233	Believe In yourself
9789390896998	Best of Charles Darwin: The Origin of Species & Autobiography
9789390896684	Best Of Horror : Dracula And Frankenstein
9789390575503	Best Of Mark Twain (The Adventures of Tom Sawyer AND The Adventures of Huckleberry Finn)
9789390896769	Black History Collection
9789390575756	Brave New World, Animal Farm & 1984 (3in1)

9789390896240	Brother Karamzov
9789390575053	Bulleh Shah Poetry
9789390575725	Burmese Days
9789390896257	Bushido
9789390896066	Can't Hurt Me
9788194914112	Chanakya Neeti: With The Complete Sutras
9789390896042	Crime and Punishment
9789390575527	Crome Yellow
9789390575046	Down and Out in Paris and London
9789390896844	Dracula
9789390575442	Emersons Essays: The Complete First & Second Series (Self-Reliance & Other Essays)
9789390575749	Emma
9789390575817	Essential Tozer Collection - The Pursuit of God & The Purpose of Man
9789390896578	Fascism What It Is and How to Fight It
9789390575688	Feeling is the Secret
9789390575190	Five Lessons
9789390575954	Frankenstein
9789390575237	Franz Kafka: Collected Works
9789390575282	Franz Kafka: Short Stories
9789390575060	George Orwell Collected Works
9789390575077	George Orwell Essays
9789390575213	George Orwell Poems
9788194914150	Greatest Poetry Ever Written Vol 1
9788194914143	Greatest Poetry Ever Written Vol 1
9789390896301	Gulliver's Travel
9789390575961	Gunaho Ka Devta
9789390575893	H. P. Lovecraft Selected Stories Vol 1
9789390575978	H. P. Lovecraft Selected Stories Vol 2
9789390896059	Hamlet
9789390575022	His Last Bow: Some Reminiscences of Sherlock Holmes
9789390896134	History of Western Philosophy
9789390575121	Homage To Catalonia

9789390896219	How to develop self-confidence and Improve public Speaking
9789390896295	How to enjoy your life and your Job
9789390575633	How to own your own mind
9789390896318	How to read Human Nature
9789390896325	How to sell your way through the life
9789390896370	How to use the laws of mind
9789390896387	How to use the power of prayer
9789390896028	How to win friends & Influence People
9788194824176	How To Win Friends and Influence People
9789390896103	Humility The Beauty of Holiness
9789390896653	Imperialism the Highest Stage of Capitalism
9789390575084	In Our Time
9789390575169	In Our Time & Three Stories and Ten poems
9789390575145	James Allen: The Collected Works
9789390896189	Jesus Himself
9789390575480	Jo's Boys
9789390896394	Julius Caesar
9789390575404	Keep the Aspidistra Flying
9789390896400	Kidnapped
9789390896424	King Lear
9789390575824	Lady Susan
9789390896455	Law of Success
9789390896264	Lincoln The Unknown
9789390575565	Little Men
9789390575640	Little Women
9788194914174	Lost Horizon
9789390896462	Macbeth
9789390896929	Man Eaters of Kumaon
9789390896523	Man The Dwelling Place of God
9789390896349	Man The Dwelling Place of God
9789390575909	Mansfield Park
9788194914136	Manto Ki 25 Sarvshreshth Kahaniya
9789390896509	Marxism, Anarchism, Communism
9789390575664	Mathematical Principles of Natural Philosophy

9788194914198	Meditations
9789390575800	Mein Kampf
9789390575794	Memory How To Develop, Train, And Use It
9789390896486	Mind Power
9789390896585	Money
9789390575039	Mortal Coils
9789390575770	My Life and Work
9789390896035	Narrative of the Life of Frederick Douglass
9789390575152	Neville Goddard: The Collected Works
9789390575985	Northanger Abbey
9789390896530	Notes From Underground
9789390896547	Oliver Twist
9789390575459	On War
9789390575541	One, None and a Hundred Thousand
9789390896554	Othelo
9789390575435	Out Of This World
9789390575015	Persuasion
9789390575510	Prayer The Art Of Believing
9789390575091	Pride and Prejudice
9789390896561	Psychic Perception
9789390575381	Rabindranath Tagore - 5 Best Short Stories Vol 2
9789390575367	Rabindranath Tagore - Short Stories (Masters Collections Including The Childs Return)
9789390575374	Rabindranath Tagore 5 Best Short Stories Vol 1 (Including The Childs Return
9789390896622	Romeo & Juliet
9789390896127	Sanatana Dharma
9789390575596	Seedtime & Harvest
9789390896639	Selected Stories of Guy De Maupassant
9789390575206	Self-Reliance & Other Essays
9789390575176	Sense and Sensibility
9789390575299	Shyamchi Aai
9789390896738	Socialism Utopian and Scientific
9789390896646	Success Through a Positive Mental Attitude
9789390575428	The Adventures of Huckleberry Finn

9789390575183	The Adventures of Sherlock Holmes
9789390575343	The Adventures of Tom Sawyer
9789390896691	The Alchemy Of Happiness
9789390575862	The Art Of Public Speaking
9789390896288	The Autobiography Of Charles Darwin
9788194914181	The Best of Franz Kafka: The Metamorphosis & The Trial
9789390575008	The Call Of Cthulhu and Other Weird Tales
9789390575107	The Case-Book of Sherlock Holmes
9789390896110	The Castle Of Otranto
9789390896745	The Communist Manifesto
9789390575589	The Complete Fiction of H. P. Lovecraft
9789390575497	The Complete Works of Florence Scovel Shinn
9789390896820	The Conquest of Breard
9789390896813	The Diary of a Young Girl
9789390896332	The Diary of a Young Girl The Definitive Edition of the Worlds Most Famous Diary
9789390575701	The Great Gatsby, Animal Farm & 1984 (3In1)
9789390575312	The Greatest Works Of George Orwell (5 Books) Including 1984 & Non-Fiction
9789390575992	The Hound of Baskervilles
9789390896707	The Idiot
9789390896714	The Invisible Man
9789390575657	The Knowledge of the holy
9789390575558	The Law & the Promise
9789390896721	The Law Of Attraction
9789390896776	The Leader in you
9789390896363	The Life of Christ
9789390896196	The Man-Eating Leopard of Rudraprayag
9789390896783	The Master Key to Riches
9789390575268	The Memoirs Of Sherlock Holmes
9789390896479	The Midsummer Night's Dream
9789390575466	The Mill On The Floss
9789390896790	The Miracles of your mind
9789390896660	The Mutual Aid A Factor in Evolution
9789390896448	The Origin of Species

9789390896905	The Peter Kropotkin Anthology The Conquest of Bread & Mutual Aid A Factor of Evolution
9789390896806	The Picture of Dorian Gray
9789390896271	The Picture of Dorian Gray
9789390575275	The Power Of Awareness
9789390896356	The Power of Concentration
9788194824169	The Power of Positive Thinking
9789390575411	The Power of the Spoken Word
9788194914105	The Power Of Your Subconscious Mind
9789390896899	The Power of Your Subconscious Mind
9789390896417	The Principles of Communism
9789390575787	The Psychology Of Mans Possible Evolution
9789390896615	The Psychology of Salesmanship
9789390575732	The Pursuit of God
9789390575398	The Pursuit of Happiness
9789390896851	The Quick and Easy Way to effective Speaking
9789390575947	The Return Of Sherlock Holmes
9789390575138	The Road To Wigan Pier
9789390896981	The Root of the Righteous
9789390575855	The Science Of Being Well
9788194914167	The Science Of Getting Rich, The Science Of Being Great & The Science Of Being Well (3In1)
9789390896011	The Screwtape Letters
9789390896073	The Screwtape Letters
9789390575336	The Secret Door to Success
9789390575695	The Secret Of Imagining
9789390896868	The Secret Of Success
9789390896431	The Seven Last Words
9789390575930	The Sign of the Four
9789390896004	The Sonnets
9789390896516	The Souls of Black Folk
9789390896875	The Sound and The Fury
9789390575244	The State and Revolution
9789390896882	The Story of My Life
9789390896936	The Story Of Oriental Philosophy

9789390896752	The Strange Case of Dr. Jekyll and Mr. Hyde
9789390896943	The Tempest
9789390575916	The Valley Of Fear
9789390575879	The Wind in the willows
9789390896080	The Wind in the willows
9789390575763	Their eyes were watching gofd
9789390575831	Three Stories
9789390896950	Twelfth Night
9789390896592	Twelve Years a Slave
9789390896677	Up from Slavery
9789390896974	Value Price and Profit
9789390896967	Wake Up and Live
9789390896493	With Christ in the School of Prayer
9789390575602	Your Faith is Your Fortune
9789390575473	Your Infinite Power To Be Rich
9789390575251	Your Word is Your Wand
9789390575718	Youth
9789391316099	A Christmas Carol
9789391316105	A Doll's House
9789391316501	A Passage to India
9789391316709	A Portrait of the Artist as a Young Man
9789391316112	A Tale of Two Cities
9789391316747	A Tear and a Smile
9789391316167	Agnes Gray
9789391316174	Alice's Adventures in Wonderland
9789391316136	Anandamath
9789391316181	Anne Of Green Gables
9789391316754	Anthem
9789391316198	Around The World in 80 Days
9789391316013	As A Man Thinketh
9789391316242	Autobiography of a Yogi
9789391316266	Beyond Good and Evil
9789391316761	Bleak House
9789391316778	Chitra, a Play in One Act
9789391316310	David Copperfield

9789391316075	Demian
9789391316785	Dubliners
9789391316051	Favourite Tales from the Arabian Nights
9789391316235	Gitanjali
9789391316068	Gravity
9789391316150	Great Speeches of Abraham Lincoln
9789391316662	Guerilla Warfare
9789391316839	Kim
9789391316822	Mother
9789391316211	My Childhood
9789391316846	Nationalism
9789391316327	Oliver Twist
9789391316853	Pygmalion
9789391316334	Relativity: The Special and the General Theory
9789391316389	Scientific Healing Affirmation
9789391316341	Sons and Lovers
9789391316587	Tales from India
9789391316372	Tess of The D'Urbervilles
9789391316396	The Awakening and Selected Stories
9789391316402	The Bhagvad Gita
9789391316303	The Book of Enoch
9789391316228	The Canterville Ghost
9789391316907	The Dynamic Laws of Prosperity
9789391316006	The Great Gatsby
9789391316860	The Hungry Stones and Other Stories
9789391316433	The Idiot
9789391316440	The Importance of Being Earnest
9789391316297	The Light of Asia
9789391316914	The Madman His Parables and Poems
9789391316457	The Odyssey
9789391316921	The Picture of Dorian Gray
9789391316464	The Prince
9789391316938	The Prophet
9789391316945	The Republic
9789391316518	The Scarlet Letter

9789391316143	The Seven Laws of Teaching
9789391316525	The Story of My Experiments with Truth
9789391316532	The Tales of the Mother Goose
9789391316549	The Thirty Nine Steps
9789391316594	The Time Machine
9789391316600	The Turn of the Screw
9789391316983	The Upanishads
9789391316617	The Yellow Wallpaper
9789391316426	The Yoga Sutras of Patanjali
9789391316990	Ulysses
9789391316624	Utopia
9789391316679	Vanity Fair
9789391316020	What Is To Be Done
9789391316686	Within A Budding Grove
9789391316693	Women in Love